KB262607

2500 CÂU GIAO TIẾP
HÀN · VIỆT

한국어 · 베트남어 회화 2500문장

외국어도서전문
1945
글 로 벌
어 학 사

http://www.bookmoon.co.kr

___

한국어 베트남어 회화 2,500 문장

초판 2쇄 인쇄   2016년 6월 10일
초판 2쇄 발행   2016년 6월 15일

....

지은이 레휘콰
발행인 서덕일
펴낸곳 글로벌어학사
주소 경기도 파주시 회동길 366 (10881)
전화 (02)499-1281~2
팩스 (02)499-1283
E-mail info@bookmoon.co.kr

....

출판등록 1962.7.12 (제406-1962-1호)
ISBN 978-89-7482-630-7 (13790)

....

LỜI GIỚI THIỆU

Chúng tôi trân trọng giới thiệu với quý bạn đọc quyển sách *"2500 CÂU GIAO TIẾP HÀN – VIỆT MỌI TÌNH HUỐNG"* nằm trong hệ thống sách Tiếng Hàn do Ban biên tập giáo trình Trường Hàn Ngữ Việt Hàn Kanata biên soạn nhằm đáp ứng nhu cầu ngày càng cao của các bạn đã và đang học tập và tham khảo tiếng Hàn ... Nội dung sách thật phong phú bao gồm mọi tình huống sinh động và thường dùng trong sinh hoạt hàng ngày với những mẫu câu đã được chọn lọc thật cẩn thận, đơn giản và dễ ứng dụng trong việc giao tiếp với người bản xứ về nhiều lĩnh vực ...

Sách được chia làm 5 chương như sau :

- Chương 1   : Phát âm
- Chương 2   : Biểu hiện cơ bản
- Chương 3   : Những câu chào hỏi cơ bản
- Chương 4   : Các địa điểm, nơi chốn
- Chương 5   : Những câu giao tiếp thông thường

Với nội dung thật phong phú, súc tích như trên, hy vọng quyển : *"2500 câu giao tiếp Hàn – Việt"* sẽ giúp ích nhiều cho các bạn đạt được những kết quả cụ thể và thiết thực trong thời gian sớm nhất và điều đó sẽ là nguồn động viên to lớn cho Ban biên soạn của chúng tôi sẽ ngày càng phát huy, tìm kiếm thêm các nguồn sách dồi dào và bổ ích cho người học.

Chúc quý bạn thành công trong việc học tập.

Ban biên soạn

MỤC LỤC

⌘ ⌘
⌘

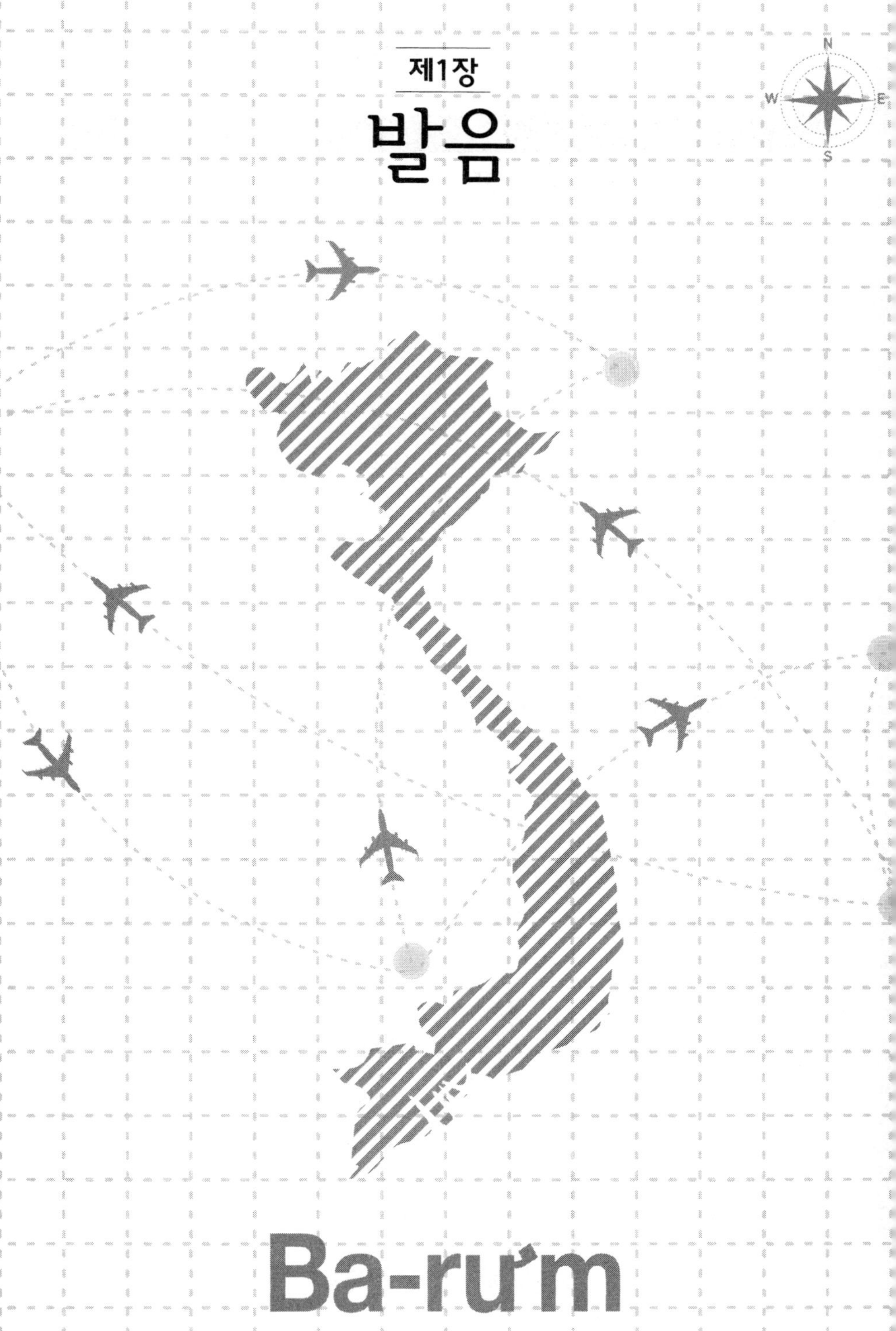

제1장

발음

Ba-ru'm

	Chữ Hàn	Đọc là
CÁC NGUYÊN ÂM ĐƠN	아	a
	야	ia
	어	ơ
	여	iơ
	오	ô
	요	iô
	우	u
	유	iu
	으	ư
	이	i.
CÁC NGUYÊN ÂM KÉP	애	e
	얘	ie
	에	ê
	예	iê
	외(오+이)	uê
	위(우+이)	uy
	의(으+이)	ưi
	와(오+아)	oa
	왜(오+애)	oe
	워(우+어)	uơ
	웨(우+에)	uê

	Chữ Hàn	Đọc là
CÁC PHỤ ÂM ĐƠN	ㄱ	c/k
	ㄴ	N
	ㄷ	T
	ㄹ	R
	ㅁ	M
	ㅂ	B
	ㅅ	X
	ㅇ	Ng
	ㅈ	Ch
	ㅊ	Sh
	ㅋ	Kh
	ㅌ	Th
	ㅍ	P
	ㅎ	H
CÁC PHỤ ÂM KÉP	ㄲ	c/k
	ㄸ	T
	ㅃ	B
	ㅆ	X
	ㅉ	Ch

◊ CÁC PATXIM :

Patxim là phần nằm dưới cùng trong thành phần cấu tạo nên chữ Hàn Quốc.

Các ví dụ :

음	có patxim là ㅁ	(âm)
강	có patxim là ㅇ	(dòng sông)
새	không có patxim	(con chim)
줄	có patxim là ㄹ	(hàng)
많다	có patxim là ㄶ	(nhiều)

◇ CÁCH ĐỌC CÁC PATXIM:

■ Đọc thành ㄱ (c/k) nếu các patxim là, ㅋ, ㄲ, ㄳ, ㄺ.

Ví dụ:

깎다	các tà	(dòng sông)
몫	mốc	(phần)
늙다	nức tà	(già)

■ Đọc thành ㄴ (n) nếu các patxim là ㄴ, ㄵ, ㄶ.

Ví dụ:

안	an	(không)
괜찮다	coén shán thà	(không sao)
운전	un chơn	(lái xe)

■ Đọc thành ㄷ (t) nếu các patxim là ㄷ, ㅅ, ㅈ, ㅊ, ㅌ, ㅎ, ㅆ.

Ví dụ:

닫다	tát tà	(đóng)
웃다	út tà	(cười)
맞다	mát tà	(đúng)
쫓다	chốt thà	(đuổi)

같다	kát tà	(giống)
좋다	Chô thà	(tốt)
있다	ít tà	(có)

■ Đọc thành ㄹ (r/l) nếu các patxim là ㄹ, ㄼ, ㄽ, ㄾ, ㅀ.

Ví dụ:

알다	al tà	(biết)
밟다	bal tà	(dẫm)
싫다	xil thà	(ghét)
핥다	hal tà	(liếm)

■ Đọc thành ㅁ (m) nếu các patxim là ㅁ, ㄻ.

Ví dụ:

꿈	cum	(giấc mơ)
잠	chảm	(giấc ngủ)
닮 다	tam tà	(giống)

■ Đọc thành ㅍ (p) nếu các patxim là ㅂ, ㅍ, ㅄ, ㄿ.

Ví dụ:

밥	báp	(cơm)
갚다	káp tà	(trả, trả lại)
값	káp	(giá cả)

■ Đọc thành ㅇ (ng) nếu các patxim là ㅇ.

Ví dụ:

강	kàng	(dòng sông)
공항	kông hang	(sân bay)

기본 표현

Ki bôn phiô-hiơn

❋ TÔI .... 나
Na

- Tôi là ....
나는.....입니다.
Na-nưn ....im ni tà.

- Tôi là thiếu nữ.
나는 소년입니다.
Na-nưn xô-niơn im ni tà.

- Tôi là giáo viên.
나는 선생입니다.
Na-nưn xơn-xeng-nim im ni tà.

- Tôi ba mươi tuổi.
나는 서른 살입니다.
Na-nưn xơ-rưn xal im ni tà.

- Tôi là Kim Bo Soeng.
나는 김보성입니다.
Na-nưn Kim Bô Xơng im ni tà.

- Tôi là người Hàn Quốc.
나는 한국 사람입니다.
Nanưn han- kúc xa-ram im ni tà.

- Tôi còn trẻ.
나는 젊습니다
Na-nưn chơm xưm ni tà:

✳ BẠN, ANH (ÔNG ,BÀ, ANH CHỊ) ...

당신

...... Tang xin

– Bạn (ông, bà, anh, chị) là ....

당신은......입니다.

Tang xi-nưn ..... im ni tà.

– Bạn (ông, bà, anh, chị) là thiếu nữ.

당신은 소녀입니다.

Tang xi-nưn xô-nơ im ni tà.

– Bạn (ông, bà, anh, chị) là bộ đội.

당신은 군인입니다.

Tang xi-nưn kun in im ni tà.

– Bạn (ông, bà, anh, chị) là người Mỹ.

당신은 미국 사람입니다.

Tang xi-nưn mi-kúc xa-ram im ni tà.

– Bạn (ông, bà, anh, chị) là bạn của tôi.

당신은 나의 친구입니다.

Tang xi-nưn na-ê shin-ku im ni tà.

– Bạn (ông, bà, anh, chị) đã già rồi.

당신은 늙었습니다.

Tang xi-nưn nưl kớt xưm ni tà.

❋ ANH ẤY......   그는

.... Kư-nưn

– Anh ấy là.......
그는.....입니다.
Kư-nưn.....im ni tà.

– Anh ấy là giáo sư.
그는 교수입니다.
Kư-nưn kiô-xu im ni tà.

– Anh ấy đã già.
그는 늙었습니다.
Kư-nưn nưl kớt xưm ni tà.

– Anh ấy là chú của tôi.
그는 나의 삼촌입니다.
Kư-nưn na ê xam shôn im ni tà.

– Anh ấy là đàn ông.
그는 남자입니다.
Kư-nưn nam-cha im ni tà.

– Anh ấy là diễn viên.
그는 배우입니다.
Kư-nưn be-u im ni tà.

❋ CÔ ẤY ......   그 녀

... *Kư - niơ*

– Cô ấy là ......
그녀는.....입니다.
Kư-niơ-nưn.......im ni tà.

– Cô ấy là y tá.
그녀는 간호사입니다.
Kư-niơ-nưn kan-hô-xa im ni tà.

– Cô ấy đẹp.
그녀는 예쁩니다.
Kư-niơ-nưn yê-pưm ni tà.

– Bà ấy là mẹ của tôi.
그녀는 나의 어머니입니다.
Kư-niơ-nưn na-ê ơ-mơ-ni im ni tà.

– Cô ấy là phụ nữ.
그녀는 여자입니다.
Kư-niơ-nưn yơ-cha im ni tà.

– Cô ấy chín chắn.
그녀는 얌전합니다.
Kư-niơ-nưn yam-chơn-ham ni tà.

❋ CÁI ĐÓ   그 것

...... Kư kớt

– Cái đó là...........
그것은...........입니다.
Kư kớt-xưn.........im ni tà.

– Cái đó là cây viết chì.
그것은 연필입니다.
Kư kớt-xưn yơn-phil im ni tà.

– Cái đó to.
그것은 큽니다.
Kư kớt-xưn khưm ni tà.

– Cái đó đắt.
그것은 비쌉니다.
Kư kớt-xưn bi-sam ni tà.

– Cái đó là sách của tôi
그것은 나의 책입니다.
Kư kớt-xưn na-ê shéc im ni tà.

– Tuyệt vời.
훌륭합니다.
Hul-liung-ham ni tà.

– Trời mưa.
비가 옵니다.
Bi-ka ôm ni tà.

– (Trời) Tối.

어둡습니다

Ơ-túp xum ni tà.

– Mười giờ.

열 시입니다.

Yơl xi im ni tà.

– Quá ngắn.

너무 짧습니다.

Nơ-mu chal xưm ni tà.

❋ HỌ/CHÚNG ......

그 들

.... *Kư-tư*

– Họ là ....
그들은......입니다.
Kư-tư-rưn....im ni tà.

– Chúng là bọn trẻ.
그들은 아이입니다.
Kư-tư-rưn a-i im ni tà.

– Họ là học sinh.
그들은 학생입니다.
Kư-tư-rưn hắc-xeng im ni tà.

– Họ là học giả.
그들은 학자입니다.
Kư-tư-rưn hắc-cha im ni tà.

– Họ là học sinh của tôi.
그들은 나의 학생들입니다.
Kư-tư-rưn na-ê hắc-xeng-tư-rim ni tà.

– Họ là nhà giàu.
그들은 부자입니다.
Kư-tư-rưn bu-cha im ni tà.

✸ CÁI NÀY......   이것
.... I kớt

- Cái này là ....
  이것은....입니다.
  I kơ-xưn.....im ni tà.

- Đây là nhà của chúng tôi .
  이것은 우리 집입니다.
  I kơ-xưn u-ri chip im ni tà.

- Cái này là hoa loa kèn.
  이것은 백합 꽃입니다.
  I kơ-xưn béc-háp cốt im ni tà.

- Cái này là ví của tôi.
  이것은 나의 지갑입니다.
  I kơ-xưn na-ê chi-káp im ni tà.

- Cái này là mũ của bạn.
  이것은 당신 모자입니다.
  I kơ-xưn tang-xin mô-cha im ni tà.

- Đây là con kiến.
  이것은 개미입니다.
  I kơ-xưn ke-mi im ni tà.

- Cái này là bông hoa.
  이것은 꽃입니다.
  I kơ-xưn cốt im ni tà.

❊ CÁI KIA ......   저 것

.... Chơ kớt

– Cái kia là.........
  저것은....입니다.
  Chơ kơ-xưn.....im ni tà.

– Cái kia là cái dù của tôi.
  저것은 나의 우산입니다.
  Chơ kơ-xưn na-ê u-xan im ni tà.

– Kia là núi Nam.
  저것은 남산입니다.
  Chơ kơ-xưn nam-xan im ni tà.

– Thật tuyệt vời.
  아주 훌륭합니다.
  A-chu hul-liung-ham ni tà.

– Kia là khách sạn Chosun.
  저것은 조선호텔입니다.
  Chơ kơ-xưn chô-xơn hô-thêl im ni tà.

– Kia là sông Hàn.
  저것은 한강입니다.
  Chơ kơ-xưn han-kang im ni tà.

– Kia là Pari.
  저것은 파리입니다.
  Chơ kơ-xưn pha-ri im ni tà.

❋ Ở ĐÂY......   여기

...... Yơ- ki

– Ở đây có...

여기.....있습니다.

Yơ-ki......ít xưm ni tà.

– Ở đây có từ điển của bạn.

여기 당신 사전이 있습니다.

Yơ-ki tang xin xa-chơ-ni ít xưm ni tà.

– Đến đây đi.

이리 오세요.

I-ri ô xê yô.

– Từ đây đến Suwon là 20 mile.

여기서 수원 까지는 이십 마일 입니다.

Yơ-ki-xơ xu-wươn ca-chi-nưn i xíp ma-il im ni tà.

– Ở đây là chỗ đó.

여기가   그곳 입니다.

Yơ-ki-ka kư kô-xim ni tà.

– Ở đây là nhà của tôi.

여기 나의 집이 있습니다.

Yơ-ki na-ê chi-bi ít xưm ni tà.

– Đi thôi.

갑시다.

Káp xi tà.

✲ Ở ĐÓ

...... 거기
..... Kơ-ki

– Ở đó có....

거기........있습니다.

Kơ-ki ……ít xưm ni tà.

– Ở đó có xe của tôi.

거기 나의 차가 있습니다.

Kơ-ki na ê sha-ka ít xưm ni tà.

– Ở đó có cái chùa rất nổi tiếng.

그곳에 유명한 절이 있습니다.

Kư kô-xê yu-miơng-han chơ-ri ít xưm ni tà.

– Nhìn ra đằng kia đi.

저쪽을 바라 보아라.

Chơ-chô-kưl ba-ra-bô a ra.

– Tôi nhất định sẽ đến đó.

곧 그곳에 가겠습니다.

Kốt kư-kô-xê ka kết xưm ni tà.

– Ở đó có nhiều người.

그곳에 사람들이 많습니다.

Kư-kô-xê xa-ram-tư-ri man xưm ni tà.

– Trong lớp có nhiều học sinh.

교실에는 학생들이 있습니다.

Kiô-xi-rê-nưn hắc-xeng-tư-ri ít xưm ni tà.

✳ CÔ, BÀ, CHỊ

김 군

……. *Kim kun*

– Mr Kim………..

Mr Kim……….김 군.

Mr Kim ……. kim kun

– Miss Hoa………..

Miss Hoa………..화 양.

Miss Hoa……….. hoa yang.

– Mrs Lee ………….

Mrs Lee………..이 여사.

Mrs Lee……….li yơ-xa

– Mr Kim là học sinh phổ thông.

김 군은 고등학교 학생입니다.

Kim ku-nưn kô-tưng-hắc-kiô-hắc-xeng im ni tà.

– Miss Hoa là thư ký.

화 양은 비서입니다.

Hoa-yang-ưn bi-xơ im ni tà.

– Mrs Lee là vợ của giáo sư.

이 여사는 교수의 부인입니다.

I yơ-xa-nưn kiô-xu-ê bu-in im ni tà.

– Mr Park là con trai của Mrs Kim.

박 군은 김 여사의 아들입니다.

Park ku-nưn kim yơ-xa-ê a-tư-rim ni tà.

– Cô Kim là con gái của Giáo sư Kim.

김양은 김 교수의 딸입니다.

Kim-yang-ưn kim kiô-xu-ê ta-rim ni tà.

✱ AI

누구

Nu-ku

– Bạn là ai?

당신은 누구입니까?

Tang-xi-nưn nu-ku im ni cá?

– Cô ấy là ai?

그녀는 누구입니까?

Kư niơ-nưn nu-ku im ni cá?

– Đứa bé ấy là con gái tôi.

그 아이는 나의 딸입니다.

Kư a-i-nưn na-ê ta-rim ni tà.

– Ai?

누구?

Nu-ku?

– Bạn (anh, chị, ông, bà) đã mua cái đó cho ai ?

누구를 위해 그것을 샀습니까?

Nu-ku-rưl uy-he kư kơ-xưn xát xưm ni cá?

– Bạn thích ai nhất?

당신은 누구를 가장 좋아합니까?

Tang-xi-nưn nu-ku-rưl ka-chang chô-a-ham ni cá?

– Tôi thích Miss Kim nhất.

나는 김 양을 가장 좋아합니다.

Na-nưn kim-yang-ưl ka-chang chô-a-ham ni cá?

– Đã đưa cái đó cho ai?

누구에게 그것을 주었습니까?

Nu-ku ê-kê kư kơ-xưl chu-ớt xưm ni cá?

– Bạn (anh, chị, ông, bà) rung chuông vì ai ?

누구를 위하여 종을 울리나?

Nu-ku-rưl uy-ha-yơ chông-ưl ul-li-ná?

❋ CỦA AI

누구의

Nu-ku ê

– Của ai?

누구의?

Nu-ku ê?

– Bài báo của ai nhỉ?

누구의 기사입니까?

Nu-ku ê ki-xa im ni cá?

– Cái này là tạp chí của ai?

이것은 누구의 잡지 책입니까?

Kơ-xưn nu-ku ê chap-chi shéc im ni cá?

– Cái đó là tạp chí của tôi phải không ?

그것은 나의 잡지 책입니까?

Kư kơ-xưn na ê cháp-chi shéc im na cá?

– Đây là bút chì của ai?

이것은 누구의 연필입니까?

I kơ-xưn nu-ku ê yơn phil im ni cá?

– Thích tranh của ai nhất?

누구의 그림을 가장 좋아하십니까?

Nu-ku ê kư-ri-mưl ka-chang chô-a-ha xim ni cá?

✳ CÁI NÀO?

어느 것

Ơ-nư kớt ?

– Cái nào?

어느 것?

Ơ-nư kớt ?

– Cái nào là tốt nhất?

어느 것이 가장 좋습니까?

Ơ-nư kơ-xi ka-chang chô xưm ni cá?

– Bạn sẽ đi đường nào?

당신은 어느 길로 가겠습니까?

Tang-xi-nưn ơ-nư kil-lô ka kết xưm ni cá?

– Tôi sẽ đi đường này.

나는 이 길로 가겠습니다.

Na-nưn I kil-lô ka kết xưm ni tà.

– Cái nào là của bạn?

어느 것이 당신의 것입니까?

Ơ-nư kơ-xi tang-xi-nê kơ-xim ni cá?

– Thích cái nào nhất?

어느 것을 가장 좋아하십니까?

Ơ-nư kơ-xưl ka-chang chô-a-ha sim ni cá?

❋ CÁI GÌ? 무엇

Mu-ớt

– Cái gì?

무엇?

Mu-ớt?

– Tên bạn là gì?

당신의 이름은 무엇입니까?

Tang-xi-nê i-rư-mưn mu-ơ xim na cá?

– Đường này tên là gì?

이 길의 이름은 무엇입니까?

I ki-rê i-rư-mưn mu-ơ-xim ni cá?

– Tôi là sinh viên.

나는 대학생입니다.

Na-nưn te-hắc-xeng im ni tà.

– Làm thế nào đây?

어떻게 하면 좋을까요?

Ơ-tơ-khê ha miơn chô-ưl ca yố?

❀ Ở ĐÂU ?   어디

Ơ-ti...

– Ở đâu?

어디?

Ơ-ti ?

– Nhà bạn ở đâu?

당신의 집은 어디입니까?

Tang-xi-nê chi-bưn ơ-ti im ni cá?

– Núi Halla ở đâu?

한라산은 어디있습니까?

Han-la-xa-nưn ơ-ti ít xưm ni cá?

– Bạn đi đâu?

당신은 어디를 가십니까?

Tang-xi-nưn ơ-ti-rưl ka xim ni cá?

– Quê ở đâu?

고향이 어디입니까?

Kô-hiang-i ơ-ti im ni cá?

– Cái đó ở ngay đằng kia.

그것은 바로 저기에 있습니다.

Kư kơ-xưn ba-rô chơ-ki ê ít xưm ni tà

– Sống ở đâu?

어디에 사십니까?

Ơ-ti ê xa xim ni cá?

✷ KHI NÀO ? 언제

Ơn-chê?

– Khi nào?

언제?

Ơn-chê?

– Khi nào bạn có thể tới được ?

당신은 언제 오실 수 있습니까?

Tang-xi-nưn ơn-chê ôxil xu ít xưm ni cá?

– Sinh nhật bạn khi nào?

당신의 생일은 언제 입니까?

Tang-xi-nê xeng-i-rưl ơn-chê im ni cá?

– Chiến tranh Hàn quốc xảy ra khi nào?

한국 전쟁은 언제 났습니까?

Han-kúc chơn-cheng-ưn ơn-chê nát xưm ni cá?

– Sẽ ở lại đến khi nào?

언제 까지 머물겠습니까?

Ơn-chê ca-chi mơ-mul kết xưm ni cá?

– Nếu tuyết rơi trời sẽ lạnh.

눈이 내리면 춥습니다.

Nu-ni ne-ri mơn shúp xưm ni tà.

– Ăn xong sẽ đi.

식사를 끝내고 가겠습니다.

Xíc-xa-rưl cưn-ne kô ka kết xưm ni tà.

✺ BAO NHIÊU ?

얼마

Ơl-ma?

– Bao nhiêu ?
얼마?
Ơl-ma?

– Bao nhiêu vậy ?
얼마 입니까?
Ơl-ma im ni cá?

– Xa bao nhiêu?
얼마나 멉니까?
Ơl-ma-na mơm ni cá?

– Bao nhiêu tuổi?
몇 살 입니까?
Miớt xal im ni cá?

– Cô ấy bây giờ thế nào?
그녀는 지금 어떻습니까?
Kư-niơ-nưn chi-kưm ơ-tớt xưm ni cá?

– Cô ấy hát hay thế nào?
그녀는 얼마나 노래를 잘 부릅니까?
Kư-niơ-nưn ơl-ma-na nô-re-rưl chal bu-rưm ni cá?

– Mất bao lâu?
얼마나 오래 되었습니까?
Ơl-ma-na ô-re tuê ớt xưm ni cá?

– Bạn nói như thế có nghĩa là như thế nào?

무슨 뜻으로 그렇게 말씀 하십니까?

Mu-xưn tư-xư-rô kư-rơ-khê mal-sưm ha xim ni cá?

– Hàn Quốc thế nào?

한국은 어떻습니까?

Han-ku-kưn ơ-tớt xưm ni cá?

– Rất đẹp .

참 아름답습니다.

Sham a-rưm-táp xưm ni tà.

❊ TẠI SAO ?

왜
Woe?

– Thế nào? Tại sao?

어째서? 왜?

Ơ-che-xớ? Woe?

– Sao lại không như vậy nhỉ?

왜(어째서) 그렇지 않은가?

Woe(ơ-che-xớ) kư-rơ-chi a-nưn ká?

– Sao chim lại hót nhỉ?

새들은 왜 노래 합니까?

Xe-tư-rưn woe nô-re ham ni cá?

– Không biết tại sao bạn lại ở đây.

나는 당신이 왜 여기 있는지를 모르겠습니다.

Na-nưn tang-xi-ni woe yơ-ki in-nưn-chi-rưl mô-rư kết xưm ni tà.

– Đây là lý do mà tôi đến đây.

이 것이 내가 여기 온 이유입니다.

I kơ-xi ne-ka yơ-ki ôn i-yu im ni tà.

– Sao lại không đến đó?

왜 그곳에 가지 않습니까?

Woe kư-kô-xê ka-chi an xưm ni cá?

– Sao lại không nói cho anh ấy về điều đó?

그 것에 대해서 왜 그에게 말하지 않습니까?

Kư kơ-xê te-he-xơ woe kư ê-kê mal-ha-chi an xưm ni cá?

❈ CÓ THỂ　　　　ㄹ 수 있다

Xu ít tà

– .... có thể làm được không?

........할 수 있다?

.........hal xu ít tà?

– Tôi có thể giúp bạn được không?

내가 당신을 도울 수 있습니까?

Ne-ka tang-xi-nưl tô-ul xu ít xưm ni cá?

– Có thể đi tới đó được không?

내가 거기에 갈 수 있습니까?

Ne-ka kơ-ki ê kal xu ít xưm ni cá?

– Tôi có thể nói được tiếng Hàn Quốc không?

나는 한국말을 할 수 있습니까?

Na-nưn han-kung-ma-rưl hal xu ít xưm ni cá?

– Có nghe thấy tiếng tôi không?

저 소리가 들립니까?

Chơ xô-ri-ka tưl-lim ni cá?

– Có thể đánh được piano.

피아노를 칠 수 있습니다.

Phi-a-nô-rưl shil xu ít xưm ni tà.

✻ CÓ THỂ

ㄹ 수 있다

Xu ít tà

- .... làm cũng được.

  ....해도 좋다.

  ....*he-tồ chô-thà.*

- Tôi hỏi bạn có được không?

  나는 당신에게 물어봐도 좋습니까?

  Na-nưn tang-xi-nê-kê mu-rơ-boa tô chốt xưm ni cá?

- Tôi làm cái này có được không?

  나는 이것을 해도 좋습니까?

  Na-nưn I kơ-xưl he-tô chốt xưm ni cá?

- Bạn hút thuốc ở đây cũng được.

  당신은 이 곳에서 담배를 피워도 좋다.

  Tang-xi-nưn i kô-xê-xơ tam-be-rưl phi-wươ-tô chô-thà.

- Bạn về nhà cũng được.

  너는 집에 가도 좋다.

  Nơ-nưn chi-bê ka-tô chô-thà.

- Có lẽ là sự thật.

  아마 사실일 것입니다.

  Ma xa-xi-ril kơ-xim ni tà.

- Cầu mong cho anh ấy thành công.

  그가 성공 하기를 빕니다.

  Kư-ka sơng-kông ha ki-rưl bim ni tà.

❋ NẾU

면
Mion

– Nếu ....
만약에...........
Ma-nia-kê........

– Nếu là bạn mong muốn.
만약에 당신이 바란다면.
Ma-nia-kê tang-xi-ni ba-ran ta miơn.

– Nếu tôi thất bại.
만약에 내가 실패 한다면.
Ma-nia-kê ne-ka xil-phe han-ta-miơn.

– Nếu như tôi đã biết.
만약에 내가 알기만 했다면.
Ma-nia-kê ne-ka al-ki-man hét ta miơn.

– Trong lời nói của anh ấy có quá nhiều từ nếu.
그의 말 속에는 너무 많은 만약에 가 있다.
Kư-ê mal xô-kê-nưn nơ-mu ma-nưn ma-nia-kê ka ít tà.

– Nếu anh ấy tới tôi sẽ nói.
그가 오면 이야기 하겠습니다.
Kư-ka ô miơn i-ya-ki ha kết xưm ni tà.

– Nếu băn khoăn thì hỏi tôi.
의문이 나면 나는 묻습니다.
Ưi-mu-ni na miơn na-nưn mút xưm ni tà.

✹ Vì ....

때문

Te-mu-nê

– ....vì
........때문에
.........*te-mu-nê*

– Vì tôi yêu em.
나는 당신을 사랑 하기 때문에.
Na-nưn tang-xi-nưl xa-rang-ha ki te-mu-nê.

– Vì tôi bận nên không thể đi được.
나는 바쁘기 때문에 갈 수가 없다.
Na-nưn ba-pư ki te-mu-nê kal xu-ka ớp tà.

– Vì tôi trẻ.
너는 젊기 때문에.
Nơ-nưn chơm ki te-mu-nê.

– Vì trời mưa tôi không thể ra ngoài được.
비 때문에 나는 밖에 나가지 않았다.
Bi te-mu-nê na-nưn bác-kê na-ka-chi a-nát tà.

– Vì người ta nghèo khó mà khinh bỉ người ta là không được.
가난 하다고 해서 사람을 무시 해서는 안됩니다.
Ka-nan ha-ta-kô he-xơ xa-ra-mưl mu-xi he-xơ-nưn an tuêm ni tà.

❀ MỘT VÀI　　　　몇

Miớt

- Mấy cái.
  몇 개의.
  Miớt ke-ê.

- Trong mấy ngày.
  며칠 안에.
  Miơ-shil a-nê.

- Chỉ có mấy người.
  단지 몇 명의 사람.
  Tan-chi miơn miơng ê xa-ram.

- Anh ấy có mấy người bạn.
  그는 몇 사람의 친구가 있다.
  Kư-nưn miớt xa-ra-mê shin-ku-ka ít tà.

- Hầu như không có.
  거의 없다.
  Khơ-ưi ớp tà.

- Không có bao nhiêu người .
  몇 사람도 없다.
  Miớt xa-ram tô ớp tà.

– Người không hay nói.

거의 말이 없는 사람.

Khơ-ưi ma-ri ớp-nưn xa-ram.

– Anh ấy là người ít nói.

그는 거의 말이 없는 사람 입니다.

Kư-nưn khơ-ưi ma-ri ốp-nưn xa-ram im ni tà.

– Hãy cho tôi mấy cây viết chì.

연필 몇 개 주십시오.

Yơn-phil miớt ke chu xip xi ô.

❇ NHỎ, ÍT

작은, 조금

Cha-kưn, chô-kưm

– Nhỏ, ít
작은, 조금
Cha-kưn, chô-kưm

– Một ít nước
물 조금
Mul chô-kưm

– Cô gái nhỏ
작은 소녀
Cha-kưn xô-niơ

– Có một chút hy vọng.
약간의 희망은 있다.
Yác-ka-nê hi-mang-ưn ít tà.

– Cho tôi một ít thịt dê thôi .
양고기를 조금 주십시오.
Yang-kô-gi-rưl chô-kưm chu xip xi ô.

– Tôi hầu như không biết.
나는 거의 모른다.
Na-nưn khơ-ứi mô-rưn tà.

– Anh ấy hầu như không đi muộn.
그는 거의 지각이 없다.
Kư-nưn khơ-ứi chi-ka-ki ớp tà.

– Đợi tôi một chút nhé.

잠깐만 기다리십시오.

Cham-can-man ki-ta-ri xip xi ô.

– Tôi chỉ có một ít tiền.

돈이 조금 밖에 없습니다.

Tô-ni chô-kưm ba-cê ớp xưm ni tà.

– Tôi có hứng thú với những việc vô bổ.

저는 하찮은 일에도 흥미를 느낍니다.

Chơ-nưn ha-sha-nưn i-rê-tô hưng-mi-rứl nư-cim ni tà.

❄ NHIỀU

많이

Ma-ni

– Nhiều

많이

Ma-ni

– Nhiều bao nhiêu (bao nhiêu?)

얼마나 많이 (얼마 입니까?)

Ơl-ma-na ma-ni (ơl-ma im ni cá?)

– Nhiều nước

많은 물

Ma-nưn mul

– Tôi không uống nhiều rượu.

나는 술을 많이 마시지 않는다.

Na-nưn xu-rưl ma-ni ma-xi-chi a-nưn tà.

– Tôi không gặp anh ấy nhiều lắm.

나는 그를 많이 만나지 않는다.

Na-nưn kư-rưl ma-ni man-na-chi a-nưn tà.

– Anh ấy đúng là nhà văn hơn là học giả.

그는 학자라기 보다는 오히려 작가입니다.

Kư-nưn hắc-cha ra-ki bô-ta-nưn ô-hi-rơ chác-ka im ni tà.

– Bạn làm việc nhiều quá.

당신은 너무 일을 하십니다.

Tang-xi-nưn nơ-mu i-rưl ha xim ni tà.

– Cái hướng này thì tốt hơn.

이 쪽이 훨씬 좋습니다.

I-chô-ki hươl-sin chốt xưm ni tà.

– Là theo suy nghĩ.

생각 한 대로 입니다.

Xeng-kác han te-rô im ni tà.

– Nhiều quá.

너무 많습니다.

Nơ-mu manxưm ni tà.

❋ NHIỀU

많이

Ma-ni

– Nhiều
많이
Ma-ni

– Nhiều bao nhiêu?
얼마나 많이?
Ơl-ma-na ma-ni?

– Nhiều máy bay
많은 비행기.
Ma-nưn bi-heng-ki.

– Sân vận động có nhiều trẻ con.
운동장에 많은 아이들이 있습니다.
Un-tông-chang-ê ma-nưn a-i-tư-ri ít xưm ni tà.

– Có nhiều người nghĩ như thế .
그렇게 생각하는 사람들이 많습니다.
Kư-rơ-khê xeng-kác-ha-nưn xa-ram-tư-ri man xưm ni tà.

– Trong lớp học có bao nhiêu học sinh?
교실에는 학생들이 몇 명이나 있습니까?
Kiô-xi-rê-nưn hắc-xeng-tư-ri miơn miơng i-na ít xưm ni cá?

– Tôi đã đến chỗ đó mấy lần.
몇 번이나 그곳에 갔습니다.
Miớt bơn-i-na kư kô-xê kát xưm ni tà.

❋ HƠN   보다

.... hơn/so với

– Hơn ....

.........보다

...... *bô-ta*

– ....Nhiều hơn

.........보다 많은

.........*bô-ta ma-nưn*

– Nhỏ hơn ....

.........보다 작은

.... *bô-ta cha-kưn*

– Tôi cao hơn bạn.

나는 당신 보다 키가 큽니다.

Na-nưn tang-xin bô-ta.

– Tôi yêu Miss Kim hơn Miss Lee.

나는 이 양 보다는 김 양을 더 사랑합니다.

Na-nưn I yang bô-ta-nưn kim yang-ưl tơ xa-rang ham ni tà.

– Tôi biết bạn hơn là anh ấy.

그보다는 내가 당신을 더 잘 압니다.

Kư bô-ta-nưn te-ka tang-xi-nưl tơ chal am ni tà.

– Anh ấy không hạnh phúc hơn tôi.

그는 전보다 조금도 행복하지 않습니다.

Kư-nưn chơn bô-ta chô-kưm-tô heng-bốc-ha-chi an xưm ni tà.

❋ RẤT　　　　　　　　　　매우
Me-u

- Rất tốt
  매우 좋습니다
  Me-u chốt xưm ni tà

- Rất nhiều
  매우 많이
  Me-u ma-ni

- Rất cảm ơn.
  매우 감사합니다.
  Me-u kam-xa ham ni tà.

- Hãy làm hết sức đi.
  최선을 다 하십시오.
  Shuê xơ-nưl ta ha xíp xi ô.

- Cái đó là vấn đề rất dễ.
  그것은 매우 쉬운 문제 입니다.
  Kư-kơ-xưn me-u xuy-un mun-chê im ni tà.

- Tôi chỉ cần nghĩ tới cái đó thôi đã không vui rồi.
  그것은 생각만 해도 기분이 나쁩니다.
  Kư-kơ-xưn xeng-kác-man he tô ki-bu-ni na pưm ni tà.

- Tôi rất vui.
  대단히 기쁩니다.
  Te-tan-hi ki -pưm ni tà.

❀ LÀ

이다

I tà

– Tôi là ký giả.

나는 기자 입니다.

Na-nưn ki-cha im ni tà.

– Bạn là bộ đội.

당신은 군인입니다.

Tang-xi-nưn kun-in im ni tà.

– Cô ấy là diễn viên.

그녀는 배우입니다.

Kư nơ-nưn be-u im ni tà.

– Tôi hạnh phúc.

나는 행복합니다.

Na-nưn heng-bốc ham ni tà.

– Núi Becktu ở đâu?

백두산은 어디 있습니까?

Béc-tu-xa-nưn ơ-ti ít xưm ni cá?

– Seoul là thủ đô của Hàn Quốc.

서울은 한국의 수도입니다.

Xơ-u-rưn han-cu-cê xu-tô im ni tà.

– Hãy yên lặng.

조용히 하십시오.

Chô-yông-hi ha xíp xi ô.

– Hai nhân hai là bốn.

둘 곱하기 둘은 넷이다.

Tul kô-pha-ki tu-rưn nết i tà.

– Ngày thiếu nhi là ngày nào?

어린이날은 언제 입니까?

Ơ-ri-ni na-rưn ơn-chê im ni cá?

– Ngày 5 tháng 5.

오월 오 일입니다.

Ô wươl ô il im ni tà.

– Cuộc sống là đấu tranh.

삶은 투쟁이다.

Xal-mưn thu-cheng i tà.

– 5 giờ thì đến đây nhé.

다섯 시에 이리로 오십시오.

Ta-xớt xi ê i-ri-rô ô xíp xi ô.

✱ ĐẾN

오다
Ô tà

– Đến đây đi.
이리 오세요.
I-ri ô xê yô.

– Tôi xuất thân ở Seoul.
나는 서울 출신입니다.
Na-nưn xơ-ul shul-xin im ni tà.

– Xe bus đến.
버스가 옵니다.
Bơ-xư-ka ôm ni tà.

– Màu xanh đang là mốt.
청색이 유행하고 있습니다.
Shơn xe-ci yu-heng-ha cô ít xưm ni tà.

– Đến chơi nhé.
놀러 오십시오.
Nô-lơ ô xíp xi ô.

– Đối với bạn có lẽ không có mặt trời.
당신에겐 해가 없을 것입니다.
Tang-xin-ê-kên he-ka ớp-xưl kơ-xim ni tà.

– Màu vàng đang bắt đầu trở thành mốt.
황색이 유행하기 시작 했습니다.
Hoang-xe-ki yu-heng-ha-ki xi-chác hét xưm ni tà.

– Nụ cười đã nở trên môi cô ấy.

그녀의 입술에 미소가 떠 올랐습니다.

Kư nơ ê íp xu-rê mi-xô-ka tơ ô-lát xưm ni tà.

– Anh ấy sinh ra ở Seoul à?

그는 서울 출신입니까?

Kư-nưn xơ-ul shul-xin im ni cá?

– Mọi chuyện sẽ ổn thôi.

모든 일이 다 잘 될 것입니다.

Mô-tưn i-ri ta chal tuêl kơ-xim ni tà.

– Tôi có nhiều phúc.

저에게 복이 옵니다.

Chơ ê-kê bô-ki ôm ni tà.

– Mặt trời lại thay đổi và lại thay đổi.

해가 바뀌고 또 바뀌었습니다.

He-ka ba-cuy-kô tô ba-cuy ớt xưm ni tà.

❊ Đi

가다

Ka tà

– Đi

가다

Ka tà

– Lái xe thôi.

드라이브를 합시다.

Tư-rai-bư-rưl háp xi tà.

– Tôi đến nhà thờ.

나는 교회에 갑니다.

Na-nưn kiô-huê ê kam ni tà.

– Đến giờ đi rồi.

갈 시간 입니다.

Kal xi-kan im ni tà.

– Tôi định đi câu cá.

낚시 하러 갈려고 합니다.

Nắc-xi ha-rơ kal-liơ-kô ham ni tà.

– Tối hôm nay hãy đi ngủ sớm nhé.

오늘 저녁은 일찍 잡시다.

Ô-nưl chơ-niơ-kưn il-chíc cháp xi tà.

– Đường này là đường đi Seoul.

이 길은 서울로 가는 길 입니다.

I ki-rưn xơ-ul-lô ka-nưn kil im ni tà.

– Ai thế?

누구요?

Nu-ku yố?

– Bây giờ đã hết đau đầu rồi .

두통이 이제 끝났어요.

Tu-thông-i i -chê cưn-nát-xơ yô.

– Hoa héo rồi.

꽃은 졌습니다.

Cô-shưn chiớt xưm ni tà.

– Tôi sẽ đi bộ.

걸어 가겠습니다.

Kơ-rơ ka kết xưm ni tà.

– Cô ấy 17 tuổi.

그녀는 열일곱 살 이 되어갑니다.

Kư-niơ-nưn yơl il kốp xa-ri tuê ơ kam ni tà.

– Dạo này thế nào?

요즘 어떻습니까?

Yô-chưm ơ-tớt xưm ni cá?

– Đồng hồ của tôi chạy tốt lắm.

내 시계는 잘 갑니다.

Ne xi-kiê-nưn chal kam ni tà.

– Ungli hôm nay ở đây nhưng ngày mai sẽ chết.

웅리는 오늘 이 자리에 있지만, 내일은 죽을

목숨입니다.

Ung-ni-nưn ô-nư-ri cha-ri-ê ít chi-man, ne-i-rưn chu-kưn mốc-xum im ni tà.

❋ CÓ

가지다
Chi tà

– Có
가지다
Ka-chi tà

– Tôi đang có...........
나는........가지고있다.
Na-nưn......ka-chi kô ít xưm ni tà.

– Tôi có tiền.
나는 돈이 있다.
Na-nưn tô-ni ít tà.

– Có câu hỏi khác.
다른 질문이 있습니다.
Ta-rưn chil mu-ni ít xưm ni tà.

– Tôi có việc phải làm.
나는 해야 할 일이 있다.
Na-nưn he-ya hal i-ri ít tà.

– Hãy hút thuốc đi.

담배를 피우십시오.

Tam-be-rưl phi-u xíp xi ô.

– Uống thêm 1 ly trà nữa chứ?

차를 한 잔 더 마시겠습니까?

Sha-rưl han chan tơ ma-xi kết xưm ni cá ?

– Đã có thời gian vui vẻ chứ ?

즐거운 시간을 보냈습니까?

Chưl-kơ-un xi-ka-nưl bô kết xưm ni cá ?

– Nhà này có 5 phòng.

이 집은 다섯 개의 방이 있습니다.

I-chi-bưn ta-xớt ke ê bang-i ít xưm ni tà.

– Tôi mong bạn có thời gian vui vẻ ở Hàn Quốc.

나는 당신이 한국에서 즐거운 시간을 보내기를

바랍니다.

Na-nưn tang-xi-ni han-ku-kê-xơ chưl-kơ-un xi-ka-nưl bô-ne-ki-rưl ba-ram ni tà.

– Phòng này có 5 cửa sổ.

이 방은 창문이 다섯 개 있습니다.

Bang-ưn shan-mu-ni ta-xớt ke ít xưm ni tà.

– Có hay bị cảm không ạ?

감기가 자주 걸립니까?

Kam-ki-ka cha-chu kơl-lim ni cá?

– Trong cái giếng ấy gần như không có nước.

그 우물에는 거의 물이 없습니다.

Kư u-mu-rê-nưn khơ-ưi mu-ri ớp xưm ni tà.

– Cô ấy có trí nhớ rất tốt.

그녀는 기억력이 좋습니다.

Kư-niơ-nưn ki-ớc-riơ-ki chốt xưm ni tà.

✳ HÃY, LÀM CHO ...　　　　하게 하다-
Ha kê ha tà -

– Làm cho ...
......하게 하다
........ha kê ha tà

– Đi thôi.
갑시다.
Káp xi tà.

– Cho tôi xem đi.
보여 주십시오.
Bô-yơ chu xíp xi ô.

– Bơi thôi.
수영을 합시다.
Xu-yơng-ưl háp xi tà.

– Cái nhà ấy mỗi tháng phải trả ba trăm ngàn won tiền thuê.
그 집은 한 달에 삼 십만 원에 세 놓는다.
Kư chi-bưn han ta-rê xam xíp man wo- nê xê nốt nưn tà.

– Tôi sẽ để cho em đi.
나 는 너를 가도록 해 주겠다.
Na-nưn nơ-rưl ka tô-rốc he chu kết tà.

– Cho tôi nghe hát đi.
노래를 들려 주십시오.
Nô-re-rưl tưl-lơ chu xíp xi ô.

– Cứ để cho tôi một mình.

혼자 있게 내 버려 두십시오.

Hôn-cha ít kê ne bơ-riơ chu xíp xi ô.

– Phòng này cho thuê.

이것이 세 놓을 방입니다.

I kơ-xi xê nô-ưl bang im ni tà.

– Để cho anh ấy đi qua cửa lớn đi.

그를 대문으로 통과 시켜라.

Kư-rưl te-mu-nư-rô thông-koa xi khiơ ra.

– Đừng mắc lại sai lầm cũ nữa.

지난 일은 허물지 마십시오.

Chi-nan i-rưl hơ-mul-chi ma xíp xi ô.

– Luôn, luôn, bất cứ lúc nào, luôn luôn -

항상, 언제나, 늘 -

Hang-xang, ơn-chê-na, nưl -

– Tôi luôn yêu em.

나는 항상 너를 사랑한다.

Na-nưl hang-xang nơ-rưl xa-rang han tà.

– Tôi thường tỉnh dậy vào lúc 6 giờ.

나는 늘 여섯시에 잠이 깬다.

Na-nưn nưl yơ xớt xi- ê cha-mi cen tà.

– Tôi sẽ thường xuyên theo anh.

나는 항상 당신을 따르겠습니다.

Na-nưn hang-xang tang-xi-nưl ta-rư kết xưm ni tà.

– Em phải luôn thẳng thắn.

너는 항상 정직 해야만 한다.

Nơ-nưn hang xang chơng-chíc he-ya-man han tà.

– Không phải là nhà giàu lúc nào cũng hạnh phúc.

부자 라고 항상 행복 한 건 아닙니다.

Bu-cha ra-kô hang-xang heng-bốc han kơn a-nim ni tà.

– Không phải nhà nghèo lúc nào cũng khổ.

가난한자 라고 항상 고통스러운 건 아닙니다.

Ka-nan-han-cha ra-kô hang-xang kô-thông-xư-rơ-un kơn a-nim ni tà.

– Đằng sau chiến tranh là sự bất hạnh.

전쟁 뒤에는 항상 불행이 따른다.

Chơn-cheng tuy-ê-nưn hang-xang bu-reng-i ta-rưn tà.

– Bạn luôn làm cho tôi khóc.

당신은 항상 나를 울린다.

Tang-xi-nưn hang-xang na-rưl ul-lin tà.

– Mặt trời luôn mọc ở hướng đông.

태양은 항상 동쪽에서 뜬다.

The-yang-ưn hang-xang tông-chô-cê-xơ tưn tà.

❋ BIỂU ĐẠT CÓ TÍNH TÍCH CỰC

긍정적 표현

Kưng-chơng-chớc phiô-hiơn

– Vâng, đúng vậy.

네, 그렇습니다.

Nê, kư-rớt xưm ni tà.

– Ô, đúng thế.

오, 그렇습니다.

Ô, kư-rớt xưm ni tà.

– Tất nhiên rồi.

물론 입니다.

Mu-lôn im ni tà.

– Đúng.

그렇고 말고요.

Kư-rớt khô mal kô yô.

– Tốt lắm.

좋습니다.

Chốt xưm ni tà.

– Rất tốt.

매우 좋습니다.

Me-u chốt xưm ni tà.

- Không sao.
  괜찮습니다.
  Koen-shan xưm ni tà.

- Tôi suy nghĩ như vậy.
  그렇게 생각합니다.
  Kư-rơ-khê xeng-kác ham ni tà.

- Vâng, không có gì đâu.
  네, 아무렴요.
  Nê, a-mu-riơ-miô.

- Vâng, tôi hiểu.
  예, 알겠습니다.
  Yê, al kết xưm ni tà.

- Điều đó là sự thật.
  그게 사실 입니다.
  Kư-kê xa-xil im ni tà.

- Không cần phải bận tâm về điều đó đâu.
  그것에 관해서는 의심 할 여지가 없습니다.
  Kư-kơ-xê koan-he-xơ-nưn ưi-xim hal yơ-chi-ka ớp xưm ni tà.

- Vâng, rất dài .
  네, 아주 길게요.
  Nê, a-chu kil kê yô.

❋ BIỂU ĐẠT CÓ TÍNH TIÊU CỰC

부정적 표현

Bu-chơng-chốc phiô-hiơn

– Không, không phải.

아니오, 아닙니다.

Ni-ô, a-nim ni tà.

– Có lẽ không phải.

아마도 아닙니다.

Ma-tô a-nim ni tà.

– Tất nhiên là không rồi.

물론 아니지요.

Mu-lôn a-ni chi yô.

– Tôi không nghĩ như vậy.

그렇게 생각 하지 않습니다.

Kư-rơ-khê xeng-kác ha-chi an xưm ni tà.

– Tôi không tán thành.

찬성 하지 않습니다.

Shan-xơng ha-chi an xưm ni tà.

– Hoàn toàn không phải thế.

결코 아닙니다.

Kiơl-khô a-nim ni tà.

– Vẫn còn xa lắm.
아직 멀었습니다.
A - chíc mơ-rớt xưm ni tà.

– Tôi phản đối.
반대 입니다.
Ban-te im ni tà.

– Xin đừng lo.
걱정 하지 마십시오.
Kớc-chơng ha-chi ma xíp xi ô.

❋ CẢM THÁN

감탄

Kam-than

오

Ô

- Ôi, chuyện này!
오, 이 일을!
Ô, I i-rưl!

- Trời ơi! Ôi!
어머나!
Ơ-mơ-na!

- Cái gì?
뭐라고?
Mươ-ra-kô?

- Tội nghiệp quá!
가엾게도!
Ka-yớp kê tô!

- Thật đấy!
정말이야!
Chơng-ma-ri-ya!

- Ô, không sao đâu!
에이, 귀찮아!
Ê-i, kuy sha-na!

– Ôi, cảm ơn quá!
아이구 고마워라!
Ai-ku kô-ma-wuơ-ra!

– Hạnh phúc quá!
얼마나 행복한지!
Ơl-ma-na heng-bốc han chi!

– Đúng là số may!
참 운이 좋구나!
Sham u-ni chốt ku na!

– Vui quá!
참 기쁩니다!
Sham ki-pưm ni tà!

– Tuyệt quá!
훌륭 하구나!
Hul-liung ha ku na!

– Dũng cảm quá!
용감 하구나!
Yông-kam ha ku na!

– Tuyệt quá!
멋지구나!
Mớt-chi ku na!

– Giỏi quá!
잘 했구나!
Chal hét ku na!

– Cuối cùng thì…
드디어 …
Tư-ti-ơ …

– Đẹp quá!
아름답구나!
A-rưm-táp ku na!

– Đồ khốn.
빌어먹을
Bi-rơ-mơ-kưl

– Đồ đểu giả .
파렴치한 자식
Pha-riơm-shi han cha-xíc.

– Xấu hổ quá!
창피 하구나!
Shang-phi ha ku na!

– Ra đi!
나가!
Na-ka!

– Ồn ào quá!

시끄럽구나!

Xi-kư-rớp ku na!

– Đúng là làm thế này mất tình cảm.

참 정 떨어지는구나.

Sham chơng tơ-rơ-chi-nưn ku na.

– Cái thằng đáng cút xuống địa ngục đi.

지옥에나 갈 자식.

Chi-ô-kê-na kal cha-xíc.

❊ CẢM ƠN, XIN LỖI

감사, 사과

Kam-xa, xa koa

– Xin cảm tạ. Xin cảm ơn.

감사합니다. 고맙습니다.

Kam-xa ham ni tà. Kô-máp xưm ni tà.

– Cảm ơn rất nhiều.

매우 감사 합니다.

Me-u kam-xa ham ni tà.

– Đừng nói chuyện ấy.

그 얘기(이야기)는 하지 마십시오.

Kư ye-ki (i-ya-ki) nưn ha-chi ma xíp xi ô.

– Xin hãy quên chuyện đó đi.

제발 그것은 잊어 버리십시오.

Chê-bal kư kơ-xưn i-chơ bơ-ri xíp xi ô.

– Xin lỗi.

미안 합니다.

Mi-an ham ni tà.

– Thất lễ.

실례 합니다.

Xil-liê ham ni tà.

– Xin hãy tha thứ cho.

용서 하십시오.

Yông-xơ ha xíp xi ô.

– Xin lỗi vì những chuyện tôi đã gây ra.

제가 실수해서 대단히 죄송합니다.

Chê-ka xil-xu he-xơ te-tan-hi chuê-xông ham ni tà.

❋ BIỂU HIỆN DỰ ĐOÁN, PHỎNG ĐOÁN

불확실한 표현

Bul -hoắc-xil han phiô-hiơn

– Có lẽ

아마도

A-ma-tô

– Có lẽ là như vậy.

아마도 그럴 것입니다.

A-ma-tô kư rơl kơ-xim ni tà.

– Tôi nghĩ là như vậy.

그러리라 생각됩니다.

Kư-rơ-ri-ra xeng-các tuêm ni tà.

– Tôi đoán là như vậy.

그러리라 추측됩니다.

Kư-rơ-ri-ra shu-shức tuêm ni tà.

– Có lẽ là như vậy.

아마 그럴 것입니다.

Ma kư-rơl kơ-xim ni tà.

– Tôi mong là như vậy.

그렇게 되길 바랍니다.

Kư-rơ-khê tuê kil ba-ram ni tà.

– Việc có khả năng.

가능한 일입니다.

Ka-nưng han i-rim ni tà.

– Có vẻ nghi ngờ.

의심 스럽습니다.

Ưi-xim xư-rớp xưm ni tà.

– Không thể là sự thật.

사실일 수가 없습니다.

Xa-xil il xu-ka ớp xưm ni tà.

제3장
기본 인사
Ki-bôn in-xa

¤ CHÀO 1

인사 1

In -xa

– Xin chào.
안녕 하십니까?
An-niơng ha xim ni cá?

– Chúc ngủ ngon.
안녕히 주무십시오.
An-niơng-hi chu-mu xíp xi ô.

– A lô!
여보세요!
Yơ-bô xê yố!

– Thế nào ạ?
어떠십니까?
Ơ-tơ xim ni cá?

– Tất cả mọi chuyện đều ổn cả. Xin cảm ơn.
모두 무고 합니다. 감사합니다.
Mô-tu mu-kô ham ni tà. Kam-xa ham ni tà.

– Gia đình vẫn khỏe chứ?
가족들도 안녕 하십니까?
Ka-chốc-tưl-tô an-niơng ha xim ni cá?

– Xin cảm ơn. Gia đình tôi đều khỏe.
감사합니다.가족들도 모두 무고 합니다.
Kam-xa ham ni tà. Ka-chốc-tưl-tô mô-tu mu-kô ham ni tà.

– Bố của anh thế nào?

아버지 께서는 어떠십니까?

A-bơ-chi cê-xơ-nưn ơ-tơ xim ni cá?

– Sức khỏe của mẹ anh thế nào?

어머니의 건강은 어떠십니까?

Ơ-mơ-ni-ê kơn-kang-ưn ơ-tơ xim ni cá?

– Cho gửi lời hỏi thăm tới mẹ anh nhé.

어머니께 안부 전해 주십시오.

Ơ-mơ-ni cê an-bu chơn-he chu xíp xi ô.

– Cho gửi lời hỏi thăm tới anh của anh nhé.

형님께 안부 전해 주십시오.

Hiơng-nim-cê an-bu chơn-he chu xíp xi ô.

– Có thấy vui không?

재미가 어떻습니까?

Che-mi-ka ơ-tớt xưm ni cá?

– Sức khỏe của anh thế nào?

건강은 어떻습니까?

Kơn-kang-ưn ơ-tớt xưm ni cá ?

– Nào, tập trung vào làm cho xong việc nào.

자 기운을 내서 이 일을 끝냅시다.

Cha ki-u-nưl ne-xơ I i-rưl cưn-nép xi tà.

ㅁ CHÀO 2

인 사 2

In-xa

– Chào anh/ chị.

안녕하십니까?

An-niơng ha xim ni cá?

– Không có chuyện gì.

무고 합니다.

Mu-kô ham ni tà.

– Rất vui được gặp anh.

만나서 반갑습니다.

Man-na-xơ ban-káp xưm ni tà.

– Lâu lắm rồi không được gặp anh.

만나 뵌 지가 참 오래 되었습니다.

Man-na bu-ên-chi-ka sham ô-re tuê ớt xưm ni tà.

– Thật là lâu lắm rồi.

참 오랜만입니다.

Sham ô-ren man im ni tà.

– Được gặp anh như thế này thật là vui.

만나 뵙게 된 것을 기쁘게 여기고 있습니다.

Man-na buếp-kê tuên kơ-xưl ki-pư-kê yơ-ki kô ít xưm ni tà.

– Trường học thế nào?

학교는 어떻습니까?

Hắc-kiô-nưn ơ-tớt xưm ni cá?

– Rất tốt.

잘 되 갑니다.

Chal tuê kam ni tà.

– Có cho tôi một phần không vậy?

저도 한 몫 끼워 주시겠습니까?

Chơ-tô han mốc-ci-wuơ-xi kết xưm ni cá?

– Không sao ạ.

괜찮습니다.

Koen-shan xưm ni tà.

– Anh đến thế này thật là vui mừng.

오신다니 매우 기쁩니다.

Ô-xin-ta-ni me-u ki-pưm ni tà.

– Khi nào có thể gặp được ?

언제 만날 수 있을까요?

Ơn-chê man-nal xu ít xưl ca yố?

– Hãy đến bất cứ khi nào.

아무때나 오십시오.

Mu-te-na ô xíp xi ô.

– Thứ Hai tôi sẽ đến.

월요일에 찾아 뵙겠습니다.

Wươ-riô-i-rê sha-cha buếp kết xươm ni tà.

– Được ạ. Khi đó gặp lại nhé.

좋습니다. 그때 뵙겠습니다.

Chốt xươm ni tà. Kư-te bếp kết xươm ni tà.

– Rất vui vì anh đã đến.

와 주셔서 매우 기쁩니다.

Woa chu-xiơ-xơ me-u ki-pươm ni tà.

– Xin lỗi vì đã làm phiền.

방해를 해서 죄송합니다.

Bang-he-rưl he-xơ chuê xông ham ni tà.

– Tôi không biết là có làm phiền nhiều lắm không .

많은 폐를 끼쳐 드리지 않았는지 모르겠습니다.

Ma-nươn phiê-rưl ci-shiơ tư-ri-chi a-nát-nươn-chi mô-rư kết xươm ni tà.

– Không sao đâu, không đến mức phải như vậy đâu.

천만에요, 그렇지 않습니다.

Shơn ma-nê-yô, kư-rớt-chi an xươm ni tà.

– Tôi sẽ dẫn đến phòng họp.

회의실로 안내 하겠습니다.

Huê-i xil-lô an-ne ha kết xươm ni tà.

– Rất cảm ơn anh đã tiếp đón chúng tôi nhiệt tình.
환대에 감사합니다.
Hoan-te-ê kam-xa ham ni tà.

– Anh đi nhé! (Chúc đi an toàn. Tạm biệt.)
안녕히 가십시오.
An-niơng-hi ka xíp xi ô.

– Chào anh. Đến thứ Hai gặp lại.
안녕히 계십시오. 월요일에 뵙겠습니다.
An-niơng-hi kiê xíp xi ô. Wuơ-riô-i-rê buếp kết xưm ni tà.

– Lại đến nữa nhé!
또 오십시오!
Tô ô xíp xi ô!

– Xin hãy nói rõ hơn ạ.
좀 더 명확 하게 말씀 해 주십시오.
Chôm tơ miơng-hoắc-ha-kê mal-sưm he chu xíp xi ô.

– Xin hãy nói rõ hơn đi.
좀 더 똑똑히 말씀 해 주십시오.
Chôm tơ tốc-tốc-hi mal-sưm he chu xíp xi ô.

– Nói từ từ thôi.
좀 더 천천히 말씀 해 주십시오.
Chôm tơ shơn-shơn-hi mal-xưm he chu xíp xi ô.

¤ GIỚI THIỆU

소 개

Xô-ke

– Xin chào.

안녕 하십니까?

An-niơng ha xim ni cá?

– Họ tên anh (chị) là gì ạ?

성함(이름)이 무엇이죠?

Xơng-ha (i-rưm)-mi mu-ơ-xi chi-ố?

– Tên tôi là Kim Bo Ram.

제 이름은 김보람입니다.

Chê i-rư-mưn Kim Bo Ram im ni tà.

– Đây là chị Yun A Rum.

이 분은 윤아름 양 입니다.

I bu-ưn yu-na-rưm yang im ni tà.

– Anh có danh thiếp không?

명함이 있습니까?

Miơn-ha-mi ít xưm ni cá?

– Có, đây là danh thiếp của tôi.

네, 여기 제 명함이 있습니다.

Nê, yơ-ki chê miơn ha-mi ít xưm ni tà.

– Tôi xin lỗi. Tôi không mang danh thiếp theo.
죄송합니다. 지금 명함을 가지고 있지 않습니다.
Chuê-xông ham ni tà. Chi-kưm miơn-ha-mưl ka-chi kô ít chi an xưm ni tà.

– Tôi giới thiệu cô Park Bo Ra nhé ?
박보라 양을 소개 할까요?
Park-Bô-Ra yang-ưl xô-ke hal ca yố?

– Cô ấy đang làm việc đánh máy ở công ty Đông A.
그녀는 동아 상사에서 타이피스트로 일하고 있습니다.
Kư-niơ-nưn tông-a xang-xa-ê-xơ tha-i-phi-xư-thư-rô il-ha kô ít xưm ni tà.

– Được gặp anh tôi rất vui.
당신을 만나뵙게 되어 참 반갑습니다.
Tang-xi-nưl man-na-buếp-kê tuê ơ sham ban káp xưm ni tà.

– Bao nhiêu tuổi ạ?
몇 살 입니까?
Miớt-xal im ni cá?

– 25 tuổi.
스물다섯 살 입니다.
Xư mul ta xớt xal im ni tà.

– Phải đi nhanh đến vậy sao?
그렇게 빨리 가야 합니까?
Kư-rơ-khê pal-li ka-ya ham ni cá?

– Mong muốn lại được gặp anh vào một lúc nào đó.

언제 또 만나뵐 수 있길 바랍니다.

Ơn-chê tô man-na buêl xu ít-kil ba ram ni tà.

– Hẹn gặp lại.

또 만납시다.

Tô man-náp xi tà.

– Xin hãy cẩn thận.

조심 하십시오.

Chô-xim ha xíp xi ô.

– Ý anh là sao? (Anh nói gì)?

무슨 말씀이십니까?

Mu-xưn mal-sưm-i xim ni cá?

– Có chuyện gì ạ?

무슨 용무이십니까?

Mu-xưn yông-mu i xim ni cá?

– Cô gái ấy là người thế nào?

그 여자분은 어떤 사람입니까?

Kư yơ-cha bu-nưn ơ-tơn xa-ram im ni cá?

– Liên lạc với anh ấy bằng điện thoại đi.

전화로 그와 연락 하십시오.

Chơn-hoa-rô kư-oa yơn-lác ha xíp xi ô.

¤ THỜI GIAN

시 간
Xi-kan

– Mấy giờ rồi ạ?

몇 시 입니까?

Miớt xi im ni cá?

– Một giờ.

한 시 입니다.

Han xi im ni tà.

– 5 giờ 15 phút.

다섯 시 십오 분입니다.

Ta xớt xi xíp ô bun im ni tà.

– 6 giờ kém 15 phút.

여섯 시 십오분 전입니다.

Yơ xớt xi xíp ô bun chơn im ni tà.

– 7 giờ 10 phút.

일곱 시 십 분입니다.

Il cốp xi xíp bun im ni tà.

– Anh có thời gian không?

시간이 있습니까?

Xi-ka-ni ít xưm ni cá?

– Đồng hồ này nhanh 3 phút.

이 시계는 삼 분이 빠릅니다.

I xi-kiê-nưn xam bu-ni pa rưm ni tà.

– Buổi sáng anh thường thức dậy lúc mấy giờ?

아침에 보통 몇 시에 일어납니까?

A-shi-mê bô-thông miớt xi-ê i-rơ-nam ni cá?

– Từ nhà tôi tới văn phòng mất khoảng 30 phút.

우리 집에서 사무실까지 가는데는 약 삼 십분이 걸립니다.

U-ri chi-bê-xơ xa-mu-xil ca-chi ka-nưn-tê-nưn yác xam xíp bu-ni kơl-lim ni tà.

– Mấy giờ anh ăn trưa?

몇 시에 점심을 먹습니까?

Miớt xi-ê chơm-xi-mưl mớc xưm ni cá?

– Mấy giờ anh ngủ.

몇 시에 잡니까?

Miớt xi-ê cham ni cá?

– Tôi sẽ đợi anh tới 10 giờ.

열 시까지 당신을 기다리겠습니다.

Yơl xi ca-chi tang-xi-nưl ki-ta-ri kết xưm ni tà.

– 5 giờ chiều tôi sẽ tới đây.

오후 다섯 시까지 이리로 오겠습니다.

Ô-hu ta xớt xi ca-chi i-ri-rô ô kết xưm ni tà.

– Chuông nhà thờ rung lúc 4 h 30'.

교회 종은 네 시 반에 울립니다.

Kiô-huê chông-ưn nê xi ba-nê ul-lim ni tà.

– Thời gian không chờ đợi con người.

세월은 사람을 기다리지 않습니다.

Xê-wươ-rưn xa-ra-mưl ki-ta-ri-chi an xưm ni tà.

¤ TUẦN   주일

Chu-il

– Thứ mấy ạ?

무슨 요일 입니까?

Mu-xưn yô-il im ni cá?

– Thứ Hai .

월요일 입니다.

Wuơ-riô-il im ni tà.

– Ngày đầu tiên của tuần là Chủ nhật.

주일의 첫째 날은 일요일 입니다.

Chu-i-rê shớt che na-rưn i-riô-il im ni tà.

– Ngày cuối cùng của tuần là thứ mấy?

주일의 마지막 날은 무엇 입니까?

Chu-i-rê ma-chi-mác na-rưn mu-ơ xim ni cá?

– Thứ Bảy.
토요일 입니다.
Thô-yô-il im ni tà.

– Chủ nhật là ngày nghỉ.
일요일은 휴일 입니다.
Riô-i-rưn hiu-il im ni tà.

– Ở Hàn Quốc, thứ Bảy chỉ làm nửa ngày.
한국에서 토요일은 반 공일 입니다.
Han-ku-kê-xơ thô-yô-i-rưn ban kông-il im ni tà.

– Một tuần có mấy ngày?
일주일은 몇 일이 있습니까?
Il-chu-i-rưn miớt i-ri ít xưm ni cá?

– Có 7 ngày phải không?
칠 일이 있습니까?
Shil i-ri ít xưm ni cá?

– Thứ Tư tuần sau tôi lại đến có được không?
다음 수요일에 다시 와도 좋습니까?
Ta-ưm xu-yô-i-rê ta-xi oa-tô chốt xưm ni cá?

– Thứ Năm tuần sau tôi định lên Seoul.
다음 목요일에 서울에 가려고 합니다.
Ta-ưm mô-kiô-i-rê xơ-u-rê ka riơ-kô ham ni tà.

– Báo của Hàn Quốc ra mỗi ngày.

한국 신문들은 매일 발행 됩니다.

Han-kúc xin-mun-tư-rưn me-il ba-reng tuêm ni tà.

– Thư viện USIS trừ thứ Tư ra, làm việc từ thứ Hai đến thứ Bảy.

유, 에스, 아이, 에스 (USIS) 도서관은 수요일을 제외 하고는 월요일부터 토요일까지 엽니다.

Yu, ê-xư, a-i, ê-xư (USIS) tô-xơ-koa-nưn xu-yô-i-rưl chê-uê ha- kô-nưn wươ-riô-il bu-thơ thô-yô-il ca-chi yơm ni tà.

– Chủ nhật anh làm gì?

일요일에는 무슨 일을 하십니까?

I-riô-i-rê-nưn mu-xưn i-rưl ha xim ni cá?

– Chủ nhật tôi đi nhà thờ.

나는 일요일에 교회를 갑니다.

Na-nưn i-riô-i-rê kiô-huê-rưl kam ni tà.

– Thứ Ba tuần trước là sinh nhật lần thứ 26 của tôi.

지난 화요일은 나의 스물여섯 번 째 생일 이었습니다.

Chi-nan hoa-yô-i-rưn na-ê xư mul yợ xớt bơn che xeng-il i-ớt xưm ni tà.

– Có mấy cửa hàng thường nghỉ vào ngày Chủ nhật đầu tiên của tháng.

몇 가게들은 월 중 첫 일요일은 문을 닫습니다.

Miớt-ka-kê-tư-rưn wươl chung shớt i-riô-i-rưn mu-nưl tát xưm ni tà.

– Ngày 8/5 là ngày bố mẹ.

오월 팔일은 어버이의 날입니다.

Ô wươl phal i-rưn ơ-bơ-i-ê na-rim ni tà.

– Anh ấy một tuần làm việc 40 giờ.

그는 일주일에 사십 시간 일을 합니다.

Kư-nưn il-chu-i-rê xa xíp xi-kan i-rưl ham ni tà.

– Ở Hàn Quốc có vài tờ tạp chí tuần.

한국에는 몇 개의 주간지가 있습니다.

Han-ku-kê-nưn miớt ke-ê chu-kan-chi-ka ít xưm ni tà.

¤ THÁNG　　　　　　달

tal

– Một năm có mấy tháng?

일 년에는 몇 달이 있습니까?

Il-liơ-nê-nưn miớt ta-ri ít xưm ni cá?

– Một năm có 12 tháng.

일 년에는 열두 달이 있습니다.

Il-liơ-nê-nưn yơl tu ta-ri ít xưm ni tà.

– Tháng 2 là tháng lạnh nhất .

일월은 가장 추운 달입니다.

I-rươ-rưn ka-chang shu-un ta-rim ni tà.

– Tháng 8 là tháng nóng nhất.

팔월은 가장 더운 달입니다.

Pha-rươ-rưn ka-chang tơ-un ta-rim ni tà.

– Một tháng có 30 ngày và cũng có tháng là 31 ngày .

한 달에는 삼십 일 또는 삼십일 일이 있습니다.

Han ta-rê-nưn xam xíp il tô-nưn xam xíp il i-ri ít xưm ni tà.

– Tháng 2 chỉ có 28 ngày.

이월에는 단지 이십팔 일이 있습니다.

I-wuơ-rê-nưn tan-chi i xíp phal i-ri ít xưm ni tà.

– Mùa xuân bắt đầu từ đầu tháng 4.

봄은 사월 초에 시작 됩니다.

Bô-mưn xa-wươl shô-ê xi-chác tuêm ni tà.

– Hoa đào khi nào nở?

벚꽃은 언제 핍니까?

Bớt-cô-chưn ơn-chê phim ni cá?

– Ở Hàn Quốc tháng đẹp nhất là tháng 9 và tháng 10.

한국에서 가장 좋은 달은 구월과 시월 입니다.

Han-ku-kê-xơ ka-chang chô-ưn ta-rưn ku-wươl koa xi wươl im ni tà.

– Ngày kỷ niệm độc lập là ngày 1/3.

삼일 독립 운동 기념일은 삼월 일 일입니다.

Xam-il tốc-níp un-tông ki-niơm-i-rưn xam-wươl-il i-rim ni tà.

– Ngày 15/8 là ngày lễ Quang phục.

팔월 십오 일은 광복절입니다 .

Pha-rươl xíp ô i-rưn koang bốc chơ-rim ni tà.

– Anh đến Hàn Quốc khi nào?

언제 한국에 오셨습니까?

Ơn-chê han-ku-kê ô xiớt xưm ni cá?

– Tôi đến tháng 5 vừa rồi.

지난 오월에 왔습니다.

Chi-nan ô-wuơ-rê oát xưm ni tà.

– Anh sinh vào tháng mấy?

당신은 어느 달에 출생 했습니까?

Tang-xi-nưn ơ-nư ta-rê shul-xeng hét xưm ni cá?

– Tôi sinh tháng 11.

나는 십일 월 달에 출생 했습니다.

Na-nưn xip il wuơl ta-rê shul-xeng hét xưm ni tà.

– Kỳ nghỉ của anh là khi nào vậy?

당신의 여름 방학은 언제 시작 합니까?

Tang-xi-nê yơ-rưm bang-ha-kưn ơn-chê xi-chác ham ni cá?

– Tôi bắt đầu nghỉ vào cuối tháng 7 và kết thúc vào tháng 8.

칠월 말에 시작해서 팔월에 끝납니다.

Shi-ruơl ma-rê xi-chác he-xơ pha-ruơ-rê cưn-nam ni tà.

¤ MÙA

계절

Kiê-chơl

– Một năm có mấy mùa?

일 년 에는 몇 계절이 있습니까?

Il-liơ-nê-nưn miớt kiê-chơ-ri ít xưm ni cá?

– Có 4 mùa : mùa xuân, mùa hạ, mùa thu, mùa đông.

네 계절이 있습니다 : 봄, 여름, 가을, 겨울입니다.

Nê kiê-chơ-ri ít xưm ni tà : bôm, yơ-rưm, ka-ưl, kiơ-u-rim ni tà.

– So với mùa đông trước thì ấm hơn.

지난 겨울은 비교적 따뜻 했습니다.

Chi-nan kiơ-u-rưn bi-kiô-chớc ta-tư-théc xưm ni tà.

– Anh thích mùa nào?

당신은 어느 계절을 좋아 합니까?

Tang-xi-nưn ơ-nư kiê-chơ-rưl chô-a ham ni cá?

– Tôi thích mùa thu và mùa xuân.

나는 봄과 가을 을 좋아 합니다.

Na-nưn bôm koa ka-ư-rưl chô-a-ham ni tà.

– Anh thích mùa nào nhất?

당신은 어느 계절을 가장 좋아 하십니까?

Tang-xi-nưn ơ-nư kiê-chơ-rưl ka-chang chô-a-ha-xim ni cá?

– Tôi thích mùa thu nhất.

나는 가을을 가장 좋아 합니다.

Na-nưn ka-ư-rưl ka-chang chô-a-ham ni tà.

– Ở Hàn Quốc mùa hè bắt đầu khi nào?

한국 에서는 여름이 언제 시작 됩니까?

Han-ku-kê-xơ-nưn yơ-rư-mi ơn-chê xi-chác tuêm ni cá?

– Bình thường bắt đầu tháng 6.

보통, 유월부터 시작 합니다.

Bô thông, yu wươl bu-thơ xi-chác-ham ni tà.

– Ở Hàn Quốc, mùa mưa bắt đầu từ cuối tháng 6 đến đầu tháng 8.

한국 에서는 장마가 유월 말부터 팔월 초까지

계속됩니다.

Han-ku-kê-xơ-nưn chang-mi-ka yu wươl mal bu-thơ pha-rươl shô ca-chi kiê xốc tuêm ni tà.

– Có phải là thời tiết đẹp không ?

참 아름다운 날씨가 아닙니까?

Sham a-rưm-ta-un nal-si-ka a-nim ni cá?

– Vâng, không lạnh cũng không nóng.

네, 춥지도 않고 덥지도 않습니다.

Nê, shúp-chi-tô an-khô tớp-chi-tô an xưm ni tà.

-- Đúng là mùa xuân đang đến gần rồi.
정말로 봄이 가까이 왔습니다.
Chơng-mal-lô bô-mi ka-ca-i oát xưm ni tà.

-- Vào mùa xuân vạn vật như được tái sinh.
봄에는 만물이 다시 소생 하는 것 같습니다.
Bô-mê-nưn man-mu-ri ta-xi xô-xeng ha-nưn kớt kát xưm ni tà.

– Năm nay mùa có vẻ là sớm quá phải không ạ?
올해는 계절이 조금 이릅니다. 그렇지 않습니까?
Ô-re-nưn kiê-chơ-ri chô-kưm i-rưm ni tà. Kư-rơ-chi an xưm ni cá?

– So với mọi năm nó có vẻ nhanh hơn 1 tuần.
평년 보다 약 이 주일 빠른 것 같습니다.
Phiơng-niơn bô-ta yác i chu-il pa-rưn kớt kát xưm ni tà.

– Chuẩn bị cơm hộp để đi chơi xuân thôi.
도시락을 준비해서 이 화창한 봄날에 어디로 나갑시다.
Tô-xi-ra-kưl chun-bi-he-xơ i hoa-shang-han bôm-na-rê ơ-ti-rô na-káp xi tà.

– Thời tiết mùa hè thật không thể đoán trước được.
여름날의 날씨는 정말 예측할 수 가 없습니다.
Yơ-rưm na-rê nal-si-nưn chơng-mal yê-shức-hal xu ka ớp xưm ni tà.

– Cái dù của tôi đâu rồi nhỉ? Bên ngoài trời mưa rồi.
제 우산은 어디 있습니까? 밖에는 비가 옵니다.

Chê u-xa-nưn ơ-ti ít xưm ni cá? Ba-cê-nưn bi-ka ôm ni tà.

– Bình thường mưa phải kéo dài 1 tuần, có khi nó kéo dài cả
tháng.
장마는 보통 약 이 주일 계속 되는데, 어떤 때는 한 달
이상 계속 되는 때도 있습니다.

*Chang-ma-nưn bô-thông yác i chu-il kiê-xốc tuê-nưn-tê,
ơ-tơn te-nưn han tal i-xang kiê-xốc tuê-nưn te-tô ít xưm ni
tà.*

– Thấy như mùa xuân đang trôi qua.
가을은 지난간 것 처럼 보입니다.

Ka-ư-rưn chi-nan-kan kớt sơ-rơm bô im ni tà.

– Mùa thu là mùa đọc sách hợp nhất.
가을은 독서에 좋은 계절입니다.

Ka-ư-rưn tô-xơ-ê chô-ưn kiê-chơ-rim ni tà.

– Mùa thu trời cao hơn, là mùa mà ngựa tăng cân.
가을은 하늘이 높고, 말이 살찌는 계절로 알려져
있습니다.

*Ka-ư-rưn ha-nư-ri nốp-kô, ma-ri xal-chi-nưn kiê-chơl-lô
al-liơ-chơ ít xưm ni tà.*

– Trung thu là gì vậy?

추석이란 무엇입니까?

Shu-xơ-ki-ran mu-ơ-xim ni cá?

– Vào ngày đó giống như là lễ Tạ ơn , nó đúng vào ngày 15/8 âm lịch.

그 명절은 서구나라의 추수 감사절과 비슷하며,

음력으로 팔월 십오 일에 쇠게 됩니다.

Kư miơng-chơ-rưn xơ-ku-na-ra-ê shu-xu kam-xa-chơl-koa bi-xư-tha-miơ, ưm-niơ-kư-rô pha-rưol xíp ô i-rê xuê-kê tuêm ni tà.

– Đây là mùa đông lạnh nhất đấy.

지금까지 참 추운겨울 이었습니다.

Chi-kưm ca-chi sham shu-un kiơi-ul i ớt xưm ni tà.

– Mùa đông này, tôi nghĩ đây là mùa đông lạnh nhất mà tôi từng trải qua ở Hàn Quốc.

올 겨울은 내가 한국에서 겪었던 가장 추운겨울 이라고

생각 합니다.

Ôl kiơ-u-rưn ne-ka han-ku-kê-xơ kiớt-kớt-tơn ka-chang shu-un kiơ-u-ri-ra-kô xeng-kác ham ni tà.

– Sáng nay nhiệt độ là 6 độ âm.

오늘 아침은 섭씨 영하 육도 였습니다.

Ô-nưl a-shi-mưn xớp-si yơng-ha yúc-tô yớt xưm ni tà.

– Tháng 4 là tháng hoa nở.

사월은 꽃피는 계절입니다.

Xa-wuơ-rưn cốt-phi-nưn kiê-chơ-rim ni tà.

– Mùa thu lá rụng.

가을에는 잎이 집니다.

Ka-ư-rê-nưn i-phi chim ni tà.

¤ THỜI TIẾT   일기

Il-ki

– Thời tiết đẹp lắm có phải không?

좋은 날씨입니다. 그렇지 않습니까?

Chô-ưn nal-si im ni tà. Kư-rớt-chi an xưm ni cá?

– Vâng đúng như vậy.

네, 정말 입니다.

Nê, chơng-ma-rim ni tà.

– Hôm nay thời tiết thế nào?

오늘은 날씨가 어떻습니까?

Ô-nư-rưn nạl-si-ka ơ-tớt xưm ni cá?

– Thời tiết đẹp.

날씨가 좋습니다.

Nal-si-ka chốt xưm ni tà.

– Thời tiết xấu.

날씨가 나쁩니다.

Nal-si-ka na-pưm ni tà.

– Trời đầy mây.

구름이 꼈습니다.

Ku-rư-mi ciớt xưm ni tà.

– Trời mưa.

비가 옵니다.

Bi-ka ôm ni tà.

– Có lẽ trời sắp mưa.

비가 올 것 같습니다.

Bi-ka ôl kớt kát xưm ni tà.

– Ấm.

따뜻 합니다.

Ta-tư-tham ni tà.

– Nóng.

덥습니다.

Tớp xưm ni tà.

– Rất nóng.

매우 덥습니다.

Me-u tớp xưm ni tà.

– Lạnh.

춥습니다.

Shúp xưm ni tà.

– Rất lạnh.

매우 춥습니다.

Me-u shúp xưm ni tà.

– Tuyết rơi.

눈이 옵니다.

Nu-ni ôm ni tà.

– Gió thổi.

바람이 붑니다.

Ba-ra-mi bum ni tà.

– Gió thổi mạnh quá.

바람이 몹시 붑니다.

Ba-ra-mi mốp-xi bum ni tà.

– Gió thổi phải không?

바람이 불죠?

Ba-ra-mi bul chi-ố?

– Bụi bay.

먼지가 일다.

Mơn-chi-ka il tà.

– Thời tiết đẹp.
아름다운 날씨입니다.
A-rưm-ta-un nal-si im ni tà.

– Không khí khô.
공기가 건조합니다.
Kông-ki-ka kơn-chô ham ni tà.

– Ở Hàn Quốc mùa hè mưa rất nhiều.
한국에서는 여름에 비가 많이 옵니다.
Han-ku-kê-xơ-nưn yơ-rư-mê bi-ka ma-ni ôm ni tà.

– Mùa đông trời lạnh.
겨울에는 날씨가 찹니다.
Khiơ-u-rê-nưn nal-si-ka sham ni tà.

– Đài báo ngày mai mưa.
라다오 방송은 내일 비가 올 것 라고 합니다.
Ra-ti-ô bang-xông-ưn ne-il bi-ka ôl kớt ra-kô ham ni tà.

– Ngày mai có lẽ trời mưa.
내일은 비가 올 것 같습니다.
Ne-i-rưn bi-ka ôl kớt kát xưm ni tà.

– Sáng nay trời đầy mây.
오늘 아침엔 구름이 꼈습니다.
Ô-nưl a-shi-mên ku-rư-mi ciớt xưm ni tà.

– Anh có nghĩ là hôm nay trời mưa không?

당신은 오늘 비가 올 것라고 생각 합니까?

Tang-xi-nưn ô-nưl bi-ka ôl kớt ra-kô xeng-kát ham ni cá?

– Vâng, tôi nghĩ như vậy.

네, 그렇다고 생각 합니다.

Nê, kư rớt-ta-kô xeng-kát ham ni tà.

– Tôi không thích bước trong đất bùn.

나는 진흙속을 걷는 것을 싫어 합니다.

Na-nưn chin-hức-xô-kưl kớt-nưn kơ-xưn xi-rơ ham ni tà.

– Gió không thổi chút nào.

바람이 전혀 불지 않습니다.

Ba-ra-mi chơ-nơ bul-chi an xưm ni tà.

– Mùa đông rất dễ bị cảm lạnh.

겨울에는 감기가 걸리기 쉽습니다.

Kơ-u-rê-nưn kam-ki-ka kơl-li-ki xúyp xưm ni tà.

– Vào ngày mưa phải mang dù đi.

비오는 날에는 우산을 가져 가야 합니다.

Bi-ô-nưn na-rê-nưn u-xa-nưn ka-chơ ka-ya ham ni tà.

– Có lẽ thời tiết trở nên xấu đi.

다시 날씨가 나빠질 것 같습니다.

Ta-xi nal-si-ka na-pa-chil kớt kát xưm ni tà.

– Trời âm u quá.

몹시 날이 흐렸습니다.

Mốp-xi na-ri hư-riớt xưm ni tà.

– Theo như đài báo thì chiều hôm nay có lẽ có bão .

라디오 방송에 의하면, 오늘 오후에 태풍이 불 것 같 습
니다.

*Ra-ti-ô bang-xông-ê ưi-ha miơn, ô-nưl ô-hu-ê the-phung-I
bul-kớt kát xưm ni tà.*

– Tôi sợ sấm sét và chớp .

나는 천둥과 번개를 무서워 합니다.

Na-nưn shơn-tung-koa bơn-ke-rưl mu-xơ-wuơ ham ni tà.

– Thời tiết đột nhiên thay đổi.

날씨가 갑자기 변했습니다.

Nal-si-ka kam-cha-ki biơn hét xưm ni tà.

– Đêm qua trời đầy trăng sao.

지난 밤에는 달과별이 빛났습니다.

Chi-nan ba-mê-nưn tal-koa-biơ-ri bít-nát xưm ni tà.

– Thời tiết tốt.

좋은 날씨입니다

Chô-ưn nal-si im ni tà.

– Các thiếu nữ trẻ thích đi tản bộ dưới trăng.

젊은 소년과 소녀들은 달빛 아래서 산보하기를 좋 아 합 니다.

Chơl-mưn xô-niơn-koa xô-niơ-tư-rưn tal-bít a-re-xơ xan-bô-ha-ki-rưl chô-a ham ni tà.

– Các cô học sinh cấp 3 thích trăng rằm.

여자 고등학생들은 보름달을 좋아 합니다.

Yơ-cha kô-tưng hắc-xeng-tư-rưn bô-rưm-ta-rưl chô-a ham ni tà.

– Con người sợ gió bão và lũ lụt.

사람들은 폭풍과 홍수를 무서워 합니다.

Xa-ram-tư-rưn phốc-phung-koa hông-xu-rưl mu-xơ- wuơ ham ni tà.

– Mưa như trút nước.

억수 같이 비가 옵니다.

Ớt-xu ka-shi bi-ka ôm ni tà.

¤ TÊN, TUỔI

이름, 나이

Rưm, na-i

– Tên anh là gì?

당신의 이름은 무엇입니까?

Tang-xi-nê i-rư-mưn mu-ơ-xim ni cá?

– Tên tôi là Kim Tu Ri.

나의 이름은 김두리입니다.

Na-ê i-rư-mưn kim-tu-ri im ni tà.

– Tên bố anh là Kim Seng The.

당신 아버지 성함은 김샘터입니다.

Tang-xin a-bơ-chi xơng-ha-mưn kim-xem-thơ im ni tà.

– Anh bao nhiêu tuổi?

몇 살 입니까?

Miớt xal im ni cá?

– Tôi 30 tuổi.

나는 서른 살입니다.

Na-nưn xơ-rưn xal im ni tà.

– Anh nghĩ là tôi bao nhiêu tuổi?

내가 몇 살 이라고 생각 하십니까?

Ne-ka miớt xal i-ra-kô xeng-kát ha xim ni cá?

– Nhìn anh rất trẻ.

당신은 젊어 보입니다.

Tang-xi-nưn chơl-mơ bô im ni tà.

– Tôi có thể khoảng bao nhiêu tuổi?

내 나이를 맞칠 수 있습니까?

Ne na-i-rưl mát-shil xu ít xưm ni cá?

– Có lẽ anh khoảng 40 tuổi.

당신은 아마 마흔 살 일 것입니다.

Tang-xi-nưn a-ma ma-hưn xal il kơ-xim ni tà.

– Họ anh ta là gì? (Anh ta họ gì?)

그의 성이 무엇 입니까?

Kư-ê xơng-I mu-ơ-xim ni cá?

– Anh ấy họ Kim, ở Hàn Quốc có nhiều họ Kim và họ Lee.

그의 성은 김씨 입니다. 한국에는 김씨와 이씨가 많이 있습니다.

Kư-ê xơng-ưn kim-si im ni tà. Han-ku-kê-nưn kim-si-oa I-si-ka ma-ni ít xưm ni tà.

– Ở Hàn Quốc họ thấy nhiều là họ gì?

한국에서 가장 흔한 성씨 들은 무엇 입니까?

Han-ku-kê-xơ ka-chang hưn-han xơng-si-tư-rưn mu-ơ-xim ni cá?

– Có nhiều họ Park, họ Kim và họ Lee.
김씨, 이씨, 박씨 들은 한국에서 가장 흔한 성씨들
입니다.

*Kim-si, li-si, bắc-si tư-rưn han-ku-kê-xơ ka-chang hưn-han
xơng-si-tưl im ni tà.*

– Tên thánh của anh là gì?
당신의 세례명은 무엇 입니까?

Tang-xi-nê xê-riê-miơng-ưn mu-ơ-xim ni cá?

– Anh ấy là lớp trên của tôi.
그는 나의 연배 입니다.

Kư-nưn na-ê yơn-be im ni tà.

– Khi bằng tuổi cậu, tôi đã thi đỗ vào kỳ thi đó.
네 나이 때에 나는 그 시험에 합격 했다.

Nê na-i-te-ê na-nưn kư xi-hơ-mê háp kiớt hét tà.

– Suy nghĩ và bệnh tật làm cho con người già đi.
근심과 병이 사람을 늙게 합니다.

Kưn-xim koa biơng-i xa-ra-mưl nưl-cê ham ni tà.

¤ GIA ĐÌNH

가족

Ka-chốc

– Gia đình anh có mấy người?
당신의 가족은 몇 명 입니까?
Tạng-xi-nê ka-chô-kưn miơn-miơng im ni cá?

– 7 người.
일곱 입니다.
Il-kốp im ni tà.

– Bố anh còn chứ?
아버지가 계십니까?
A-bơ-chi-ka kiê xim ni cá?

– Vâng, bố tôi còn.
네, 계십니다.
Nê, kiê-xim ni tà.

– Bà anh còn chứ?
할머니가 계십니까?
Hal-mơ-ni-ka kiê-xim ni cá?

– Anh có mấy cháu?
아이들은 몇 명 입니까?
A-i-tư-rưn miơn-miơng im ni cá?

– Tôi có 3 cháu.
세 아이가 있습니다.
Xê a-i-ka ít xưm ni tà.

– Hai trai một gái.
두 아들과 딸 하나가 있습니다.
Tu a-tưl koa tal ha-na-ka ít xưm ni tà.

– Vợ anh có ở nhà không?
부인이 계십니까?
Bu-i-ni kiê-xim ni cá?

– Tất nhiên rồi, tôi yêu vợ tôi lắm.
물론이지오, 나는 아내를 사랑 합니다.
Mu-lô-ni-chi-ô, na-nưn a-ne-rưl xa-rang ham ni tà.

– Chồng của chị làm gì?
당신 남편의 직업은 무엇입니까 ?
Tang-xin nam-phiơ-nê chi-kơ-bưn mu-ơ-xim ni cá?

– Là giáo sư của trường đại học Seoul.
서울 대학교의 교수입니다.
Xơ-ul te-hắc-kiô-ê kiô-xu im ni tà.

– Tôi định kết hôn khi tôi tốt nghiệp.
저는 대학교를 졸업할 때 결혼 하려고 합니다.
Chơ-nưn te-hắc-kiô-rưl chô-rớp-hal te khiơ-rôn ha-riơ-kô ham ni tà.

– Anh đính hôn rồi à?

약혼 하셨습니까?

Yác-hôn ha-xiớt xưm ni cá?

– Người đính hôn với tôi đang điều hành 1 công ty ở Seoul.

나의 약혼자는 서울에서 사업체를 운영하고 있습니다.

Na-ê yác-hôn-cha-nưn xơ-u-rê-xơ xa-ớp-shê-rưl un-yơng-ha kô ít xưm ni tà.

– Anh có mấy người cậu?

당신의 사촌은 몇 이나 있습니까?

Tang-xi-nê xa-shô-nưn miớt i-na ít xưm ni cá?

– Cháu gái tôi là người đánh máy.

나의 조카딸은 타이피스트 입니다.

Na-ê chô-kha-ta-rưn tha-i-phi-xư-thư im ni tà.

– Thông thường người Hàn Quốc sống theo đại gia đình.

일반적으로 한국 사람들은 대가족을 거느립니다.

Il-ban-chơ-kư-rô han-kúc xa-ram-tư-rưn te-ka-chô-kưl kơ-nư-rim ni tà.

– Đôi khi có những gia đình sống 2, 3 thế hệ.

가끔 같은 가족 두 세 대 이상이 같이 삽니다.

Ka-cưm ka-thưn ka-chốc tu xê te i-xang-I ka-shi xam ni tà.

¤ **số**   수
Xu

– Một tuần có 7 ngày.

일주일에는 칠 일이 있습니다.

Il-chu-i-rê-nưn shil i-ri ít xưm ni tà.

– Một năm có 12 tháng.

일년에는 열두 달이 있습니다.

I-liơ-nê-nưn yơl-tu ta-ri ít xưm ni tà.

– Một phút 60 giây.

일 분은 육십 초 입니다.

Il-bu-nưn yúc-xíp shô im ni tà.

– 2 cộng 3 bằng 5.

둘 더하기 셋은 다섯 입니다.

Tul thơ-ha-ki-xê-xưn ta-xớt im ni tà.

– 10 cộng 5 bằng 15.

열 더하기 다섯은 열 다섯 입니다.

Yơl thơ-ha-ki ta-xơ-xưn yơl ta-xớt im ni tà.

– 5 nhân 3 bằng 15.

섯 곱하기 셋은 열 다섯 입니다.

Ta-xớt kốp-pha-ki xê-xưn yơl ta-xớt im ni tà.

– 20 trừ 7 bằng 13.

스물에서 일곱을 빼면 열셋 입니다.

Xư-mu-rê-xơ il-kô-bưl pe-miơn yơl xết im ni tà.

– 6 chia 2 bằng 3.

여섯을 둘로 나누면 셋 입니다.

Yơ-xơ-xưl tu-lô na-nu-miơn xết im ni tà.

– Anh có mấy cuốn sách?

당신은 책을 몇 권 이나 가지고 있습니까?

Tang-xi-nưn she-kưn miớt kươn i-na ka-chi-kô ít xưm ni cá?

– Anh đếm táo đi.

사과를 세어 보십시오.

Xa-koa-rưl xê-ơ bô xíp xi ô.

– Một năm có 365 ngày.

일 년 에는 삼백 육십 오 일이 있습니다.

I-liơ-nê-nưn xam-béc yúc-xíp ô i-ri ít xưm ni tà.

– Lớp này có mấy học sinh?

이 학급에는 몇 명의 학생이 있습니까?

I hắc-ku-bê-nưn miơn miơng-ê hắc-xeng-i ít xưm ni cá?

– Cấp học này có 65 học sinh.

이 학급에는 예순 다섯 명의 학생이 있습니까?

I hắc-ku-bê-nưn yê-xun ta-xớt miơng-ê hắc-xeng ít xưm ni cá?

– Tôi mua 10 trái đào và 5 trái dưa hấu.
열 개의 복숭아와 다섯 개의 수박을 삽니다.
Yơl ke-ê bốc-xung-a-oa ta-xớt ke-ê xu-ba-kưn xam ni tà.

– Bao nhiêu ạ?
얼마 입니까?
Ơl-ma im ni cá?

– 50 ngàn won.
오만 원입니다.
Ô-man won im ni tà.

– Ở giảng đường có bao nhiêu người?
강당에는 몇 명의 사람들이 있습니까?
Kang-tang-ê-nưn   miơn   miơng-ê xa-ram-tư-ri ít xưm ni cá?

– Có hàng ngàn người ở giảng đường.
수천 명의 사람들이 강당에 모였습니다.
Xu-shơn miơng-ê xa-ram-tư-ri kang-tang-ê mô-yớt xưm ni tà.

– Mỗi năm vào mùa hè có hàng triệu người đi bơi ở biển.
매년 여름 수백 만의 사람들이 수영을 하러 바닷가로 갑니다.
Me-niơn yơ-rưm xu-béc ma-nê xa-ram-tư-ri xu-yơng-ưl ha-rơ ba-tát-ka-rô kam ni tà.

– Dân số Hàn Quốc là bao nhiêu?
한국의 인구는 얼마입니까?
Han-ku-kê in-ku-nưn ơl-ma im ni cá?

– Dân số Hàn Quốc hơn 50 triệu người.
한국의 인구는 오 천만이 넘습니다.
Han-ku-kê in-ku-nưn ô-shơn ma-ni nơm xưm ni tà.

– Dân số Seoul là bao nhiêu?
서울의 인구는 얼마입니까?
Xơ-u-rê in-ku-nưn ơl-ma im ni cá?

– 12 triệu người.
천 이백 만입니다.
Shơn i béc man im ni tà.

– Từ Seoul tới Bu san là 320 miles.
서울에서 부산까지 삼백 이십 마일입니다.
Xơ-u-rê-xơ bu-xan ca-chi xam béc i xíp ma-il im ni tà.

– Đi máy bay từ Seoul tới Busan hết bao lâu?
서울에서 부산까지 비행기로 가는데 얼마입니까?
Xơ-u-rê-xơ bu-xan ca-chi bi-heng-ki-rô ka-nưn-tê ơl-ma im ni cá?

– 40,200 won.
사만 이백 원입니다.
Xa-man i-béc won im ni tà.

– Phòng này cho thuê bao nhiêu?

이 방의 셋 돈은 얼마입니까?

I bang-ê xết-tô-nưn ơl-ma im ni cá?

– Một tháng 300 ngàn.

한 달에 삼십 만 원입니다.

Han ta-rê xam xíp man won im ni tà.

– Cuộc vận động cho làng mới đã xây dựng được nhiều cầu.

새마을 운동으로 많은 다리가 놓여 졌습니다.

Xe-ma-ưl un-tông-ư-rô ma-nưn ta-ri-ka nô-yơ chiớt xưm ni tà.

– Năm 1990 GNP của Hàn Quốc là 5.500USD.

천 구백 구십 년에는 한국의 지.엔. 피 (GNP)가 오천 오백 불 을 기록 했습니다.

Shơn ku-béc ku xíp niơ-nê-nưn han-ku-kê chi. ên. phi (GNP)-ka ô shơn ô béc bu rưl ki-rốc héc xưm ni tà.

¤ MÀU   색

                                                     Xéc

- Cái áo sơ mi này màu gì?

  이 셔츠의 색은 무엇입니까?

  I xiơ-shư-ê xe-kưn mu-ơ xim ni cá?

- Màu trắng.

  하얀색 입니다.

  Ha-yang xéc im ni tà.

- Trời màu xanh.

  하늘은 푸릅니다.

  Ha-nư-rưn phu-rưm ni tà.

- Màu của hoa hướng dương là màu vàng.

  해바라기의 색은 노랗습니다.

  He-ba-ra-ki-ê xe-kưn nô-rát xưm ni tà.

- Cho tôi cái viết chì màu đỏ thẫm đi.

  붉은 연필을 주십시오.

  Bul-kưn yơn-phi-rưl chu xíp xi ô.

- Tóc của bố tôi màu trắng.

  우리 아버지 머리색은 흰색 입니다.

  U-ri a-bơ-chi mơ-ri xe-kưn hin-xéc im ni tà.

– Màu của quốc kỳ là màu gì?

태극기의 색은 무엇입니까?

The-kức-ki-ê xe-kưn mu-ơ-xim ni cá?

– Quốc kỳ có màu đỏ, màu xanh, màu đen .

태극기에는 붉은색, 푸른색, 검은색이 있습니다.

The-kức-ki-ê-nưn bul-kưn-xéc, phu-rưn-xéc, kơ-mưn-xe-ki ít xưm ni tà.

– Cỏ màu gì?

풀은 무슨 색 입니까?

Phu-rưn mu-xưn xéc im ni cá?

– Màu xanh lục.

초록색 입니다.

Shô-rốc-xéc im ni tà.

– Con thỏ nâu đang chạy phải không?

갈색의 토끼가 뛰고 있습니까?

Kal-xe-kê thô-ci-ka tuy kô ít xưm ni cá?

– Tôi thích màu ....

나는 ....색 을 좋아합니다 .

Na-nưn....xe-kưn chô-a-ham ni tà.

– Mùa đông tuyết trắng rơi.

겨울에는 하얀 눈이 옵니다.

Khiơ-u-rê-nưn ha-yan nu-ni ôm ni tà.

– Cầu vồng màu gì?

무지개의 색은 무엇입니까?

Mu-chi-ke-ê xe-kưn mu-ơ-xim ni cá?

– "Chohung kunsi" là tên của cuốn tiểu thuyết nổi tiếng.

주홍글씨"는 유명한 소설 이름입니다.

Chu-hông-kưl-si-nưn yu-miơng-han xô-xơl i-rưm im ni tà.

– Trong khuôn viên nhà tôi có rất nhiều các loại hoa màu vàng, màu trắng, màu đỏ.

우리 정원에는 수많은 붉은색, 하얀색, 노란색의

꽃들이 있습니다.

U-ri chơng-wo-nê-nưn xu-ma-nưn bul-kưn xéc, ha-yan-xéc, nô-ran-xe-kê cốt-tư-ri ít xưm ni tà.

제4장
장소
Chang-xô

⌘ SÂN BAY

공항 에서

Kông-hang-ê-xơ

– Nơi thu tiền của hàng không DEA HAN ở đâu?

대한 항공사의 '카 운 터'는 어디 있습니까?

Te-han hang-kông-xa-ê "kha-un-thơ"-nưn ơ-ti ít xưm ni cá?

– Ở đằng kia.

저쪽입니다.

Chơ-chốc im ni tà.

– Cho tôi xem hộ chiếu.

패스포트를 보여 주십시오.

Phe-xư-phô-thư-rưl bô-yơ chu xíp xi ô.

– Đây ạ.

여기 있습니다.

Yơ-ki ít xưm ni tà.

– Mục đích của ông thăm Hàn Quốc là gì?

한국을 방문한 목적은 무엇입니까?

Han-ku-kưl bang-mun-han mốc-chơ-kưn mu-ơ-xim ni cá?

– Tôi đi du lịch.

관광 여행을 위해서 입니다.

Koan-koang yơ-heng-ưl uy-he-xơ im ni tà.

– Ông ở lại Hàn Quốc bao lâu?

한국에 얼마나 오랫동안 머무르시겠습니까?

Han-ku-kê ơl-ma-na ô-rét-tông-an mơ-mu-rư- xi kết xưm ni cá?

– Khoảng 1 tháng.

약 한 달 동안 입니다.

Yác han tal tông-an im ni tà.

– Ông có gì để khai báo không?

신고한 것이 있습니까?

Xin-kô-han kơ-xi ít xưm ni cá?

– Tôi không có gì để khai báo cả.

신고한 것이 없습니다.

Xin-kô-han kơ-xi ớp xưm ni tà.

– Trong cái túi này có gì?

이 가방에는 무엇이 있습니까?

I ka-bang-ê-nưn mu-ơ-xi ít xưm ni cá?

– Cái này là quà để cho người bạn Hàn Quốc của tôi.

이것은 나의 한국 친구들을 위한 선물입니다.

I kơ-xưn na-ê han-kúc shin-ku-tư-rưl uy han xơn-mul im ni tà.

– Ông viết cho tôi cái thẻ này.
이 카드를 적어 주십시오.
I kha-tư-rưl chơ-kơ chu xíp xi ô.

– Tôi cân hành lý của ông nhé?
당신의 짐을 달아 볼까요?
Tang-xi-nê chi-mưl ta-ra bôl ca yố?

– Hành lý của tôi phải cân hết à?
나의 짐을 모두 달아야 합니까?
Na-ưi chi-mưl mô-tu ta-ra-ya ham ni cá?

– Không, trừ những hành lý xách tay ra.
아닙니다. 손에 드신 짐은 제외 합니다.
A nim ni tà. Xô-nê tư-xin chi-mưn chê-uê ham ni tà.

– Hành lý quá tải rồi.
무게가 넘었나요.
Mu-kê-ka nơ-mớt na yô.

– Không xem hành lý cho tôi sao?
내 짐을 봐 주시지 않겠습니까?
Ne-chi-mưl boa chu- xi-chi an kết xưm ni cá?

– Kiểm tra cái túi nào ạ?
어느 가방을 확인 하시겠습니까?
Ơ-nư ka-bang-ưl hoa-kin ha xi kết xưm ni cá?

– Tôi gửi cái túi này.

이 가방을 부탁 하겠습니다.

I ka-bang-ưl bu-thác ha kết xưm ni tà.

– Cứ đi đi ạ. Tôi sẽ không đi đâu đâu. Tôi sẽ ở đây cho đến khi ông đến.

천천히 다녀 오십시오. 나는 아무데도 안가요. 당신이

돌아올 때까지 나는 여기 있겠습니다.

Shơn-shơn-hi ta-niơ ôxíp xi ô. Na-nưn a-mu-tê-tô an ka yô.
Tang-xi-ni tô-ra-ôl te-ca-chi na-nưn yơ-ki ít kết xưm ni tà.

– Chúc ông có một ngày tốt đẹp ở Hàn Quốc.

한국에서 즐거운 날을 보내시길 바랍니다.

Han-ku-kê-xơ chưl-kơ-un na-rưl bô-ne-xi-kil ba-ram ni tà.

– Cảm ơn ông đã ra đón tôi.

마중을 나와 주셔서 감사합니다.

Ma-chung-ưl na-oa chu-xiơ-xi kam-xa ham ni tà.

– Cảm ơn ông đã ta tiễn tôi.

환송을 나와 주셔서 감사합니다.

Hoan-xông-ưl na-oa chu-xiơ-xơ kam-xa ham ni tà.

⌘ KHÁCH SẠN

호텔에서

Hô-thê-rê-xơ

– Có phòng không ạ?

방이 있습니까?

Bang-i ít xưm ni cá?

– Có mấy người ạ?

몇 사람입니까?

Miớt xa-ram im ni cá?

– Cho tôi một phòng đơn không có phòng tắm.

목욕탕이 없는 "싱글 룸" 을 부탁합니다.

Mốc-yốc-thang-i ớp-nưn "xin-kưl-lum" ưl bu-thác ham ni tà.

– Ông đã đặt trước chưa?

예약을 하셨습니까?

Yê-ya-kưl ha xiớt xưm ni cá?

– Tôi sẽ ở lại mấy đêm?

몇 날 밤이나 머무르시겠습니까?

Miớt nal ba-mi-na mơ-mu-rư xi kết xưm ni cá?

– Đây là toàn bộ hành lý của ông à?

이것이 당신이 가져 오신 짐의 전부입니까?

I kơ-xi tang-xi-ni ka-chiơ ô-xin chi-mê chơn bu im ni cá?

– Có phòng nào tốt hơn phòng này không?

이것보다 더 좋은 방이 있습니까?

I kớt bô-ta tơ chô-ưn bang-i ít xưm ni cá?

– Tôi muốn phòng có nhìn thấy cảnh.

전망이 좋은 방을 원합니다.

Chơn-mang-i chô-ưn bang-ưl won ham ni tà.

– Tôi lấy phòng này.

이 방으로 하겠습니다.

I bang-ư-rô ha kết xưm ni tà.

– Phòng này giá bao nhiêu?

이 방 값은 얼마입니까?

I bang-káp-xưn ơl-ma im ni cá?

– Đưa hành lý của tôi lên đi.

내 짐을 올려다 주십시오.

Ne chi-mưl ô-liơ-ta chu xíp xi ô.

– Cho tôi mấy cái bao thư và giấy viết thư.

편지지와 봉투 몇 장만 가져다 주십시오.

Phiơn-chi-chi oa bông-thu miớt chang-man ka-chiơ-ta chu xíp xi ô.

– Khi nào thì tính tiền nghỉ trọ?

숙박 계산 시간은 언제입니까?

Xúc-bác kiê-xan xi-ka-nưn ơn-chê im ni cá?

– Đây là chìa khóa phòng của ông à?

이것이 당신 방 열쇠입니까?

I kơ-xi tang-xin bang yơl-xuê im ni cá?

– Khi tắm xong đừng để chảy nước trong phòng tắm.

목욕을 하신 다음, 탕의 물을 흘려 버리지 마셨으면 고맙겠습니다.

Mốc-yô-kưl ha-xin ta-ưm, thang-ê mu-rưl hưl-liơ bơ-ri-chi ma-xiớt-xư-miơn kô-máp kết xưm ni tà.

– Khăn này dùng cho lau người và làm khô người.

이 수건은 몸을 닦는데와 몸을 말리는데 쓰여집니다.

I xu-kơ-nưn mô-mưl tác-nưn-tê oa mô-mưl mal-li-nưn-tê sư-yơ-chim ni tà.

– Đây là cái để lau tay và lau mặt.

이것으로 얼굴과 손의 먼지를 씻어내는 것입니다.

I kơ-xư-rô ơl-kul-koa xô-nê mơn-chi-rưl si-xơ ne-nưn kơ-xim ni tà.

– Có thể phục vụ ăn uống bất cứ khi nào.

아무때나 식사를 드립니다.

Mu-te-na xíc-xa-rưl tư-rim ni tà.

– Tôi yêu cầu có được không?

주문을 받을까요?

Chu-mu-nưl ba-tưl ca yố?

– Tôi đưa đi xem phòng nhé?

지금 방을 소개 할까요?

Chi-kưm bang-ưl xô-ke hal ca yố?

– Tôi chuẩn bị dọn phòng nhé?

지금 침구를 준비 할까요?

Chi-kưm shim-ku-rưl chun-bi hal ca yố?

– Nhận ký phiếu khách du lịch.

여행자 수표도 받습니다.

Yơ-heng-cha xu-phiô-tô bát xưm ni tà.

– Khách sạn Chosun ở đâu?

조선 호텔은 어디 있습니까?

Chô-xơn hô-thê-rưn ơ-ti ít xưm ni cá?

– Ở Socongdong.

소공동에 있습니다.

Xô-kông-tông-ê ít xưm ni tà.

– Ông sẽ ở lại đâu?

당신은 어디 머무르고 계십니까?

Tang-xi-nưn ơ-ti mơ-mu-rư-kô kiê xim ni cá?

– Sáng mai đừng đánh thức tôi dậy.

내일 아침에 깨우지 마십시오.

Ne-il a-shi-mê ce-u-chi ma xíp xi ô.

– Sáng mai 7 giờ đánh thức tôi dậy.

내일 아침에 일곱시에 나를 깨워 주십시오.

Ne-il a-shi-mê il-kốp-xi-ê na-rưl ce-wươ chu xíp xi ô.

– Đưa đồ giặt cho bộ phận giặt ủi giặt giùm tôi.

이 옷을 세탁부에게 주어, 빨게 하여 주십시오.

I ô-xưl xê-thác-bu-ê-kê chu-ơ, pal-kê ha-yơ chu xip xi ô.

– Khi nào thì mang đồ giặt tới được?

언제 빨래를 가져 갈까요?

Ơn-chê bal-le-rưl ka-chiơ kal ca yố?

– Tôi có thể cắt tóc ở đâu?

어디서 머리를 깎을 수 있을까요?

Ơ-ti-xơ mơ-ri-rưl các-kưl xu ít xưl ca yố?

– Chỉ cắt tóc thôi thì hết bao nhiêu?

머리만 깎는데 얼마입니까?

Mơ-ri-man các-nưn-tê ơl ma im ni cá?

– Chỉ cần 30 ngàn won là được.

삼만 원만 내시면 모두 됩니다.

Xam-man won-man ne-xi-miơn mô-tu tuêm ni tà.

– Chuẩn bị ăn sáng lúc mấy giờ?

몇 시에 아침을 준비할까요?

Miớt xi ê a-shi-mưl chun-bi hal ca yố?

– Khi nào thì ông thanh toán?

언제 계산 하시겠습니까?

Ơn-chê kiê-xan ha-xi kết xưm ni cá?

– Đây là hóa đơn thanh toán.

여기 계산서가 있습니다.

Yơ-ki kiê-xan-xơ-ka ít xưm ni tà.

✳ TRÊN ĐƯỜNG   거리에서

                                                    Kơ-ri -ê-xơ

– Có thể giúp tôi được không?

좀 도와주시겠습니까?

Chôm tô-oa-chu-xi kết xưm ni cá?

– Bến xe bus ở đâu ạ?

버스 정거장은 어디 입니까?

Bơ-xư chơng-kơ-chang-ưn ơ-ti im ni cá?

– Ở chỗ đường giao nhau này hãy đi thẳng đi.

저곳에서 바른쪽으로 돌아가십시오.

Chơ-kô-xê-xơ ba-rưn-chô-kư-rô tô-ra-ka xíp xi ô.

– Tôi muốn đi đến cung văn hóa Sejeong.

세종 문화 회관에 가고 싶습니다.

Xê-chông mun-hoa huê-koa-nê ka-kô xíp xưm ni tà.

– Chỉ cho tôi đường đến Wanghoamun.
광화문으로 가는 길을 가르쳐 주십시오.
Koan-hoa-mu-nư-rô ka-nưn ki-rưl ka-rư-shiơ chu xíp xi ô.

– Chỗ gọi điện thoại gần nhất là ở đâu?
가장 가까운 전화는 어디 있습니까?
Ka-chan ka-ca-un chơn-hoa-nưn ơ-ti ít xưm ni cá?

– Ông hãy đi bộ khoảng 100m.
백 미터를 걸어 가십시오.
Béc mi-thơ-rưl kơ-rơ ka xíp xi ô.

– Chỉ cho tôi biết trung tâm ở đâu?
중앙청이 어디 있는지 가르쳐 주시겠습니까?
Chung-ang-shơng-I ơ-ti ít-nưn-chi ka-rư-shiơ chu xi kết xưm ni cá?

– Phải đi như thế nào để đến được cục truyền tin quốc tế vậy?
어떻게 하면 국제 전신국에 갈수있을까요?
Ơ-tơ-khê ha-miơn kúc-chê chơn-xin-ku-kê kal xu ít xưl ca yố?

– Cách đây bao xa?
여기서 얼마나 멉니까?
Yơ-ki-xơ ơl-ma-na mơm ni cá?

– Để tôi hỏi người kia.
저 분에게 내가 물어봐 드리죠.
Chơ bu-nê-kê ne-ka mu-rơ-ba tư-ri chiô.

– Từ đây cách khoảng 50 mile.
여기서 약 오십 마일입니다.
Yơ-ki-xơ yác ô xíp ma-il im ni tà.

– Đi taxi từ đây tới Suwon mất khoảng bao lâu?
여기서 택시로 수원까지 얼마나 걸립니까?
Yơ-ki-xơ théc-xi-rô xu-won ca-chi ơl-ma-na kơl-lim ni cá?

– Đi bằng taxi tới đó mất khoảng 1 tiếng rưỡi.
택시로 거기까지 가는데 약 한 시간반이 걸립니다.
Théc-xi-rô kơ-ki ca-chi ka-nưn-tê yác han xi-kan-ba-ni kơl-lim ni tà.

– Chỉ cho tôi biết đường đến Myongdong?
명동으로 가는 길을 가르쳐 주겠습니까?
Miơng-tông-ư-rô ka-nưn ki-rưl ka-rư-shiơ chu kết xưm ni cá?

– Đường này là đường đi đến Chongro nhanh nhất phải không?
이 길이 종로로 가는 빠른 길입니까?
I ki-ri chông-nô-rô ka-nưn pa-rưn ki-rim ni cá?

– Vâng. Tôi cũng đi hướng này. Để tôi chỉ cho ông nhé ?
그렇습니다. 저도 같은 방향으로 갑니다. 안내해
드릴까요?

*Kư-rớt xưm ni tà. Chơ-tô ka-thưn bang-hiang-ư-rô kam ni
tà. An-ne-he tư-ril ca yố?*

– Đường đó có đi được đến Tobo không?
그곳을 도보로 갈 수 있습니까?

Kư kô-xưl tô-bu-rô kal xu ít xưm ni cá?

– Xe bus này có đi thẳng tới Chongrangri không?
이 버스는 곧장 청량리로 갑니까?

I bơ-xư-nưn kốt-chang shong-niang-ni-rô kam ni cá?

– Không, phải đổi chặng ở Dongdeamun.
아닙니다. 동대문 에서 갈아 타셔야 합니다.

Nim ni tà. Tông-te-mu-nê-xơ ka-ra-tha xiơ-ya ham ni tà.

– Xe bus này dừng ở Namdeamun.
이 버스는 남대문 에서 섭니다.

I bơ-xư-nưn nam-te-mu-ê-xơ xơm ni tà.

– Đi qua cửa Nam rồi đi thẳng thì ra ga Seoul, đối diện đó là
trung tâm Deawoo.
이 남대문을 돌아서 곧장 남쪽으로 가면 서울역이
나오는데, 그 건너편에 대우 센터가 있습니다.

*I nam-te-mu-nưl tô-ra-xơ kốt-chang nam-chô-kư-rô ka-
miơn xơ-ul-liớ-ki na-ô-nưn-tê, kư kơn-nơ-phiơ-nê te-u
xên-thơ-ka ít xưm ni tà.*

– Ông có biết địa chỉ này không?

이 주소를 아시겠습니까?

I chu-xô-rưl a-xi kết xưm ni cá?

– Làm sao để tôi tìm được?

어떻게 찾을 수 있을까요?

Ơ-tơ-khê sha-chưl xu ít-xưl ca yố?

– Chỉ cho tôi cách đến địa chỉ này đi?

이 주소로 가는법을 가르쳐 주시겠습니까?

I chu-xô-rô ka-nưn bơ-pưl ka-ru-shiơ chu xi kết xưm ni cá?

– Ông hỏi người cảnh sát kia đi.

저 경관에게 물어 보십시오.

Chơ kiơng-koa-nê-kê mu-rơ bô xíp xi ô

– Để tôi vẽ cho ông bản đồ.

약도를 그려 드리겠습니다.

Yác tô-rưl ku-riơ tư-ri kết xưm ni tà.

– Có thể tìm được dễ dàng đúng không?

쉽게 찾을 수 있습니까?

Xuýp- kê sha-chưl xu ít xưm ni cá?

– Ngân hàng nhìn ở phía bên phải.

은행이 오른쪽에 보일 것입니다.

Ưn-heng-I ô-rưn-chô-kê bô-il kơ-xim ni tà.

– Hãy đi bộ khoảng 3 dãy phố nữa.
세 부럭을 걸어 가십시오
Xê bu-rơ-kưl kơ-rơ ka xíp xi ô.

– Ông có thể nhìn thấy tấm biển lớn đằng kia.
당신은 거기에서 하나의 커다란 간판을 볼 수 있을
것입니다.
Tang-xi-nưn kơ-ki-ê-xơ ha-na-ê khơ-ta-ran kan-pha-nưl bol xu ít xưl kơ-xim ni tà.

– Ông từ đâu đến?
어디서 오셨습니까?
Ơ-ti-xơ ô xiớt xưm ni cá?

– Anh từ đâu tới?
어느 나라에서 오셨습니까 ?
Ơ-nư na-ra-ê-xơ ô xiớt xưm ni cá?

– Tôi từ Mỹ tới.
미국에서 왔습니다.
Mi-ku-kê-xơ oát xưm ni tà.

– Tôi đến từ Busan.
부산 에서 왔습니다.
Bu-xa-nê-xơ oát xưm ni tà.

– Cho tôi xuống ở đằng kia đi.
저기서 내려 주십시오.
Chơ-ki-xơ ne-riơ chu xíp xi ô.

⌘ NHÀ HÀNG

식당 에서

Xíc-tang-ê-xơ

– Ở Hàn Quốc, nhà hàng Trung Quốc nổi tiếng nhất là nhà hàng nào?

한국에서 중국음식으로 가장 유명한 식당은 어느 식당입니까?

Han-ku-kê-xơ chung-kúc-ưm-xi-kư-rô ka-chang yu-miơng-han xíc-tang-ưn ơ-nư xíc-tang im ni cá.

– Asowon là nhà hàng Trung Quốc nổi tiếng nhất.

아서원은 중국음식으로 유명합니다.

A-xơ-wo-nưn chung-kúc ưm-xi-kư-rô yu-miơng ham ni tà.

– Anh có thể ăn nhiều loại món ăn tây ở khách sạn.

당신은 호텔 식당에서 여러 가지 서양음식을 먹을 수 있습니다.

Tang-xi-nưn hô-thêl xíc-tang-ê-xơ yơ-rơ ka-chi xơ-yang ưm-xíc mơ-kưl xu ít xưm ni tà.

– Cho tôi bàn có 5 chỗ ngồi đi.

오 인용 식탁을 부탁합니다.

Ô in yông xíc-tha-kưl bu-thác ham ni tà.

– Bàn này đã đặt trước rồi à?

이 식탁은 예약이 되었습니까?

I xíc-tha-kưm yê-ya-ki tuê ớt xưm ni cá?

– Anh có thể chuyển cho tôi cái ghế này được không?

여기서 저 의자로 옮겨 주시겠습니까?

Yơ-ki-xơ chơ ưi-cha-rô ôm-kiơ chu xi kết xưm ni cá?

– Chỗ này rất thoải mái.

이 곳은 매우 편안한 장소입니다.

I kô-xưn me-u phiơn-an-han chang-xô im ni tà.

– Cho tôi xem thực đơn được không?

메뉴를 볼 수 있을까요?

Mê-niu-rưl bôl xu ít xưl ca yố?

– Ở đây có thực đơn không?

여기 메뉴가 있습니까?

Yơ-ki mê-niu-ka ít xưm ni cá?

– Đây là món ăn đặc biệt của ngày hôm nay.

이것이 오늘의 특별 음식입니다.

I kơ-xi ô-nư-rê thức biơl ưm-xíc im ni tà.

– Ông định dùng gì ạ?

무엇을 드시겠습니까?

Mu-ơ-xưl tư-xi kết xưm ni cá?

– Tôi sẽ ăn mì lạnh.

냉면을 먹어 보겠습니다.

Neng-miơn-ưl mơ-kơ bô kết xưm ni tà.

- Món ăn đặc biệt của nhà hàng này là gì?

이집의 전문은 무엇입니까?

I chi-bê chơn-mu-nưn mu-ơ-xim ni cá?

- Anh Kim định kêu món gì ạ?

김형, 무엇을 주문 하실려고 합니까?

Kim-hiơng, mu-ơ-xưl chu-mun ha-xil-liơ-kô ham ni cá?

- Tôi sẽ uống thêm 1 ly nữa?

한 잔 더 하시겠습니까?

Han chan tơ ha-xi kết xưm ni cá?

- Cho tôi thêm 1 chai bia nữa đi.

맥주 한 병만 더 주십시오.

Méc-chu han biơn-man tơ chu xíp xi ô.

- Ăn trứng thế nào ạ? Chín một nửa hay chín cả luôn.

계란은 어떻게 드시겠습니까? 한쪽만 익힐까요, 양쪽

다 익힐까요?

Kiê-ra-nưn ơ-tơ-khê tư-xi kết xưm ni cá? Han-chốc-man i-khil ca yô, yang-chốc ta i-khil ca yố?

- Ông ăn canh chứ?

국을 드시겠습니까?

Ku-kưl tư-xi kết xưm ni cá?

- Thơm quá!

냄새 참 좋습니다!

Nem-xe sham chốt xưm ni tà!

– Ông có muốn ăn thêm thịt nữa không?

고기를 더 하지 않겠습니까?

Kô-ki-rưl thơ ha-chi an kết xưm ni cá?

– Ông định uống cà-phê thế nào? Cho sữa hay đường ạ?

커피는 어떻게 드시겠습니까? 크 림과 설탕을

타시겠습니까?

Khơ-phi-nưn ơ-tơ-khê tư-xi kết xưm ni cá? Khư-rim koa xơl-thang-ưl tha kết xưm ni cá?

– Tôi uống cà phê đen.

블랙 커피로 하겠습니다.

Bưl-léc khơ-phi-rô ha kết xưm ni tà.

– Tôi muốn kem dứa.

아이스크림을 바른 애플파이를 원합니다.

A-i-xư-khư-ri-mưl ba-rưn e-phưl-pha-i-rưl won ham ni tà.

– Cho tôi nhanh lên.

빨리 해 주십시오.

Pal-li he chu xíp xi ô.

– Mì lạnh này cay quá.

이 냉면은 지독하게 맵습니다.

I neng-mơ-ưn chi-tốc-ha-kê mép xưm ni tà.

– Kim chi Hàn Quốc rất ngon.

한국김치는 맛이 있습니다.

Han-kúc kim-shi-nưn ma-xi ít xưm ni tà.

– Ông đã uống rượu Jinro chưa? So với rượu Nhật thì rượu Jinro mạnh hơn.

진로를 마셔본 적이 있습니까? 일본 술 보다 더

독합니다.

Chin-lô-rưl ma-xiơ-bôn chơ-ki ít xưm ni cá? Il-bôn　sul bô-ta tơ tốc kham ni tà.

– Có đây, tất cả hết 8,500 won.

여기 있습니다. 모두 팔천오백 원이 나왔습니다.

Yơ-ki ít xưm ni tà. Mô-tu pha-shơn ô-béc wo-ni na oát xưm ni tà.

⌘ GỌI ĐIỆN THOẠI

전화 걸기

Chơn-hoa kơl-ki

– Có điện thoại không?

전화가 있습니까?

Chơn-hoa-ka ít xưm ni cá?

– Tôi gọi điện thoại có được không?

전화를 사용해도 좋습니까?

Chơn-hoa-rưl xa-yông-he-tô chốt xưm ni cá?

– Tôi có thể nói chuyện điện thoại với anh Kim Su Dong được không?

김수동 씨와 통화할 수 있을까요?

Kim-xu-tông si oa thông-hoa-hal xu ít xưl ca yố?

– Ông đợi một chút.

잠깐만 기다리십시오.

Chan-can-man ki-ta-ri xíp xi ô.

– Điện thoại của bạn ông.

친구분의 전화입니다.

Shin-ku bu-nê chơng-hoa im ni tà.

– Cô ấy không có ở đây.

그녀는 지금 여기 안 계십니다.

Kư-nơ-nưn chi-kưm yơ-ki an kiê-xim ni tà.

– Ông ấy đang bận họp.

그는 지금 회의 중 입니다.

Kư-nưn chi-kưm huê-ưi chung im ni tà.

– Ông hãy gọi lại.

다시 거십시오.

Ta-xi kơ xíp xi ô.

– Điện thoại của anh là số mấy?

당신의 전화 번호는 무엇입니까?

Tang-xi-nê chơn-hoa bơn-hô-nưn mu-ơ-xim ni cá?

– Số điện thoại của tôi là 776-3971.

나의 전화번호는 칠백칠십육 국의 삼천구백칠십일

번입니다.

Na-ưi chơn-hoa-bơn-hô-nưn shil béc shil xíp yúc ku-kê xam shơn ku béc xíp il bơn im ni tà.

– Gọi cho tôi số 593-9657.

오백구십삼 국의 구육오칠 좀 대주십시오.

Ô béc ku xíp xam ku-kê ku yúc ô shil chôm te chu xíp xi ô.

– Máy đang bận. Xin gọi lại lần nữa.

통화중입니다. 다시 한번 걸어 주십시오.

Thông-hoa chung im ni tà. Ta-xi han bơn kơ-rơ chu xíp xi ô.

– Xin lỗi. Số điện thoại sai rồi.

미안합니다. 전화번호가 틀렸습니다.

Mi-an ham ni tà. Chơn-hoa bơn-hô-ka thưl-liớt xưm ni tà.

– Tôi không nghe rõ. Xin nói to lên một chút.

잘 들리지 않습니다. 좀 더 큰 소리로 얘기 하십시오.

Chal tư-li-chi an xưm ni tà. Chôm tơ khưn xô-ri-rô ye-ki ha xíp xi ô.

– Tôi là Ms Kim thư ký của ông Park đây.

박 선생님의 비서인 미스 김 입니다.

Park xơn-xeng-ni-mê bi-xơ-im mi-xư-kim im ni tà.

– Ông Park sẽ về ngay chứ?

박 선생님은 곧 돌아 오십니까?

Park xơn-xeng-ni-mưn kốt tô-ra ô xim ni cá?

– Khoảng tối nay ông ấy sẽ về.

오늘 저녁때쯤 돌아 오실 것입니다.

Ô-nưl chơ-niớt-te chưm tô-ra-ô-xil kơ-xim ni tà.

– Nếu ông ấy về nói ông ấy điện thoại về nhà nhé.

그분이 돌아오시면 댁에 전화하시라고 말씀 드릴까요?

Kư-bu-ni tô-ra-ô-xi-miơn te-kê chơn-hoa-ha-xi-ra-kô mal sưm tư-ril ca yố?

– Làm như vậy cho tôi. Số điện thoại của tôi là 776-2895.

그렇게 해 주십시오. 제 전화 번호는 칠백칠십육 국의 이팔구오입니다.

Kư-rơ-khê he chu xíp xi ô. Chê chơn-hoa bơn-hô-nưn shil béc shil xíp yúc ku-kê i phal ku ô im ni tà.

– Nói giùm tôi là ông Park có điện thoại.
박 선생님에게 전화 좀 받으라고 말씀해 주십시오.

Part xơn-xeng-nim-ê-kê chơn-hoa chôm ba-tư ra-kô mal sưm he chu xíp xi ô.

– Ai đấy ạ?
누구 십니까?

Nu-ku xim ni cá?

– Không có ai có tên đó ở đây.
그런 이름을 가진 사람은 여기에 없습니다.

Kư-rơn i-rư-mưl ka-chin xa-ra-mưn yơ-ki-ê ớp xưm ni tà.

– Ông gọi số mấy ?
몇 번을 거셨습니까?

Miớt bơ-nưl kơ-xiớt xưm ni cá?

– Hình như ông gọi sai số rồi.
번호를 잘못 돌리신 것 같습니다.

Bơn-hô-rưl chal mốt tôl-li-xin kớt kát xưm ni tà.

– Ông gọi đường dài nhiều quá phải không?
장거리 전화를 많이 거십니까?

Chơng-kơ-ri chơn-hoa-rưl ma-ni kơ xim ni cá?

– Hãy gọi cho tôi người có thể nói được tiếng Anh.
영어를 할 수 있는 사람을 불러 주십시오.

Yơng-ơ-rưl hal xu in-nưn xa-ra-mưl bu-lơ chu xíp xi ô.

– Khi gặp trường hợp khẩn cấp hãy gọi cho cảnh sát theo số 112.

위급한 경우엔 전화 번호 일일이로 경찰을 부를 수 있습니다.

Uy-kư-phan kiơn-u-ên chơn-hoa bơn-hô i- ril-i-rô kiơng sha-rưl bu-rưl xu ít xưm ni tà.

– Xin cảm ơn ông đã cho tôi gọi điện thoại.

전화를 걸어 주셔서 감사합니다.

Chơng-hoa-rưl kơ-rơ chu-xiơ-xơ kam-xa ham ni tà.

– Có thể sử dụng điện thoại công cộng trên đường.

거리에서는 공중 전화를 사용 할 수가 있습니다.

Kơ-ri-ê-xơ-nưn kông-chung chơn-hoa-rưl xa-yông hal xu- ka ít xưm ni tà.

⌘ MUA HÀNG

물건사기
Mul-kơn xa-ki

– Bao nhiêu ạ?

얼마입니까?

Ơl-ma im ni cá?

– Tất cả hết bao nhiêu?

이것 모두 얼마입니까?

I kớt mô-tu ơl-ma im ni cá?

– Mắc quá.

너무 비쌉니다.

Nơ-mu bi sam ni tà.

– Có thể bán rẻ hơn được không?

좀 싸게 할 수 없습니까?

Chôm sa-kê hal xu ớp xưm ni cá?

– Nếu bớt cho tôi tôi sẽ mua.

값을 좀 깎아 주신다면 사겠습니다.

Káp-xưl chôm cát-ka chu-xin- ta-mơn xa kết xưm ni tà.

– Chúng tôi bán đúng giá.

우리는 정찰제 입니다.

U-ri-nưn chơng-shal-chê im ni tà.

– Đây là giá bao gồm thuế rồi chứ?

이것은 세금을 포함한 값입니까?

I kơ-xưn xê-kư-mưl phô-ham-han káp im ni tà.

– Đây là hàng ngoại.
이것은 외국제 입니다.
I kơ-xưn uê-kúc-chê im ni tà.

– Đây là hàng Hàn Quốc.
이것은 한국제 입니다.
I kơ-xưn han-kúc-chê im ni tà.

– Ông thích màu nào?
무슨 색을 좋아하십니까?
Mu-xưn xe-kưl chô-a-ha xim ni cá?

– Tôi nghĩ đây là món hàng mà ông vừa lòng.
이것이 당신 마음에 들 물건 이라고 생각합니다.
I kơ-xi tang-xin ma-ư-mê tưl mul-kơn i-ra-kô xeng các ham ni tà.

– Tôi muốn xem cái cà vạt.
넥타이를 보고 싶습니다.
Nếc-tha-i-rưl bô-kô xíp xưm ni tà.

– Ông muốn size nào ?
무슨 사이즈 이지요?
Mu-xưn xa-i-chư I-chi-yố?

– Tôi muốn mua một món quà tặng bạn.
친구에게 줄 선물을 하나 사고 싶습니다.
Shin-ku-ê-kê chul xơn-mu-rưl ha-na xa-kô xíp xưm ni tà.

– Sẽ không đi mua sắm cùng với tôi.?
저하고 쇼핑을 가지 않으시겠습니까?
Chơ-ha-kô xiô-phing-ưl ka-chi a-nư-xi kết xưm ni cá?

– Chúng ta hãy đến siêu thị Shinseke mua sắm đi.
쇼핑하러 신세계 백화점에 갑시다.
Xiô-phing-ha-rơ xin-xê-kiê béc-hoa-chơ-mê káp xi tà.

– Tôi đã mua được nhiều món hàng tốt.
좋은 물건이 많이 구비 되어있습니다.
Chô-ưn mul-kơ-ni ma-ni ku-bi tuê-ơ ít xưm ni tà.

– Cửa hàng Huyndae thì thế nào?
현대 백 화점은 어떻습니까?
Hiơn-te béc-hoa-chơ-mưn ơ-tớt xưm ni cá?

– Những cái thế này còn nữa không?
이런 것들이 더 있습니까?
I-rơn kớt-tư-ri tơ ít xưm ni cá?

– Mắc quá. Không còn cái nào rẻ hơn cái này nữa
너무 비쌉니다. 이것보다 싼 것이 없습니다.
Nơ-mu bi-sam ni tà. I kớt bô-ta san kơ-xi ớp xưm ni tà.

– Cho tôi hai cái này đi.
이것으로 두 개 주십시오.
I kơ-xư-rô tu ke chu xíp xi ô.

– Tôi không có đủ điều kiện để mua hàng mắc như thế.
나는 그렇게 비싼 물건을 살 여유가 없습니다.
Na-nưn kư-rơ-khê bi-san mul-kơ-nưl xal yơ-yu-ka ớp xưm ni tà.

– Có thể giao hàng đến tận nhà được không?
그걸 우리 집으로 배달 해 주실 수 있습니까?
Kư-kơl u-ri chi-pư-rô be-tal he chu-xil xu ít xưm ni cá?

– Hãy giao cái này đến địa chỉ này cho tôi.
그것을 이 주소로 배달 해 주십시오.
Kư-kơ-xưl I chu-xô-rô be-ta-re chu xíp xi ô.

– Cái viết này giá 5,000 won.
그 펜은 오천 원입니다.
Kư phê-nưn ô shơn won im ni tà.

– Tôi đang tìm cái sơ mi trắng. Size cổ của tôi là 15.
나는 하얀 셔츠를 찾고 있습니다. 저의 목 사이즈는
십오입니다.
Na-nưn ha-yan xiơ-shư-rưl shát-kô ít xưm ni tà. Chơ-ê-mốc xa-i-chư-nưn xíp im ni tà.

– Cho tôi 2 pound thịt bò.
이 파운드의 소고기를 주십시오.
I pha-un-tư-ê xuê-kô-ki-rưl chu xíp xi ô.

– Tôi muốn hàng đóng lon.

통조림한 물건을 원합니다.

Thông-chô-rim-han mul-kơ-nưl won ham ni tà.

– Tôi có thể mua hàng lưu niệm của Hàn Quốc ở đâu?

어디서 한국의 기념품들을 살 수 있을까요?

Ơ-ti-xơ han-ku-kê ki-niơm-phum-tư-rưl xal xu ít xưl ca yố?

– Chợ Dongdeamun là nơi mua sắm nổi tiếng của Hàn Quốc.

동대문 시장은 한국에서 이름난 쇼핑 장소입니다.

*Tông-te-mun xi-chang-ưn han-ku-kê-xơ i-rưm-na xiô-
phing chang-xô im ni tà.*

– Chúng ta đi mua sắm thôi.

쇼핑하러 나갑시다.

Xiô-phing-ha-rơ na-káp xi tà.

⌘ MỜI VÀ ĐẾN THĂM

초대와 방문
Shô-te oa bang-mun

– Tối nay ông có thời gian không?

오늘 저녁 시간이 있습니까?

Ô-nưl chơ-niớc xi-ka-ni ít xưm ni cá?

– Tôi muốn mời ông dùng bữa tối nay.

오늘 저녁 식사에 당신을 초대하고 싶습니다

Ô-nưl chơ-niớc xíc-xa-ê tang-xi-nưl shô-te-ha-kô xíp xưm ni tà.

– Tôi xin lỗi. Tôi muốn đi, nhưng lại có cái hẹn khác rồi.

미안합니다. 가고는 싶지만, 다른 약속이 있습니다.

Mi-an ham ni tà. Ka-kô-nưn xíp chi-man, ta-rưn yác-xô-ki ít xưm ni tà.

– Xin cảm ơn ông đã mời, nhưng tôi đã có hẹn khác rồi.

초대 해 주셔서 고맙습니다 만, 다른약속이 이미 있 습 니 다.

Shô-te he-chu-xiơ-xơ kô-map xưm ni ta man, ta-rưn yác-xô-ki i-mi ít xưm ni tà.

– Được đi cùng với ông đối với tôi thật là một vinh hạnh.

당신과 함께 가게된 것을 나의 커다란 기쁨입니다.

Tang-xin-oa ham-cê ka-kê-tuên kơ-xưn na-ê khơ-ta-ran ki-pưm im ni tà.

– Chủ nhật tôi có thời gian.

일요일에는 시간이 있습니다.

I-riô-i-rê-nưn xi-ka-ni ít xưm ni tà.

– Tối thứ Bảy tôi không có thời gian.

토요일 저녁에는 시간이 없습니다.

Thô-yô-il chơ-niơ-kê-nưn xi-ka-ni ớp xưm ni tà.

– Nếu không ngại thì hãy đến nhà tôi.

괜찮으시다면 우리 집으로 오십시오.

Koen-sha-nư-xi-ta-miơn u-ri chi-bư-rô ô xíp xi ô.

– Khoảng mấy giờ thì được?

몇 시간 편하시겠습니까?

Miớt xi-kan phiơn-ha-xi kết xưm ni cá?

– Tối mai 7 giờ có được không?

내일 저녁 일곱시가 어떻습니까?

Ne-il chơ-niớt il-kốp xi-ka ơ-tớt xưm ni cá?

– Ông Kim có nhà không?

김선생님은 집에 계십니까?

Kim-xơn-xeng-ni-mưn chi-bê kiê-xim ni cá?

– Tôi xin lỗi. Có phải là ông James không ạ?

죄송합니다. 제임스 씨 이시죠?

Chuê-xông ham ni tà. Chê-êm-xư si i-xi chi-ố?

– Dạ đúng. Rất vui được gặp ông.

그렇습니다. 만나뵈어 반갑습니다.

Kư-rớt xưm ni tà. Man-na-buê-ơ ban-káp xưm ni tà.

– Tôi đã được nghe chồng tôi nói về ông.

남편께서 당신에 관한 이야기를 하셨습니다.

Nam-phiơn-cê-xơ tang-xi-nê koan-han i-ya-ki-rưl ha xiớt xưm ni tà.

– Xin lỗi vì đã để ông phải đợi.

기다리게 해서 죄송합니다.

Ki-ta-ri-kê he-xơ chuê-xông ham ni tà.

– Tôi xin lỗi vì đã để phải đợi lâu.

너무 오래 기다리게 해서 죄송합니다.

Nơ-mu ô-re ki-ta-ri-kê he-xơ chuê xông ham ni tà.

– Có lẽ tôi đã đến hơi sớm.

조금 일찍 온 것 같습니다.

Chô-kưm il-chíc ôn kớt kát xưm ni tà.

– Chúng ta cùng ngồi nói chuyện nào.

앉으셔서 얘기나 좀 나누시죠.

An-chư-xiơ-xơ ye-ki-na chôm na-nu-xi chi-ố.

– Xin ông đừng nghĩ như thế

이렇게 생각하지 마십시오.

I-rơ-khê xeng-kác-ha-chi ma xíp xi ô.

– Ông có cởi áo khoác không?

코트를 벗으시겠습니까?

Khô-thư-rưl bơ-xư-xi kết xưm ni cá?

– Đợi tôi một lát được không?

좀 기다려 주셔야겠습니까?

Chôm ki-ta-riơ chu-xiơ-ya kết xưm ni cá?

– Người Hàn Quốc chúng tôi, lần đầu tiên khi gặp người khác đều trao đổi danh thiếp.

우리 한국인은 처음 만난사람과 명함을 교환합니다.

U-ri han-ku-ki-nưn shơ-ưm man-nan xa-ram koa miơng-ha-mul kiô-hoan ham ni tà.

– Một mặt là tiếng Hàn một mặt là tiếng Anh.

한 면은 한국말로, 뒷면은 영어로 되어 있습니다.

Han-miơ-nưn han-kung-mal-lô, tuýt miơ-nưn yơng-ơ-rô tuê-ơ ít xưm ni tà.

– Cái này thuận tiện quá.

이것은 매우 편리합니다.

I-kơ-xưn me-u phiơn-li ham ni tà.

– Để tôi ghi số điện thoại vào đó.

거기에 전화 번호를 적어 드리겠습니다.

Kơ-ki-ê chơn-hoa bơn-hô-rưl chơ-kơ tư-ri kết xưm ni tà.

– Nhà vệ sinh ở đâu?

화장실은 어디입니까?

Hoa-chang-xi-rưl ơ-ti im ni cá?

– Ông muốn dùng nước gì ạ?

무엇 좀 마시겠습니까?

Mu-ớt chôm ma-xi kết xưm ni cá?

– Tôi hút thuốc có được không?

담배 좀 피워도 좋을까요?

Tam-be chôm phi-wươ-tô chô-ưl ca yố?

– Xin cho tôi chút muối.

소금 좀 건네 주십시오.

Xô-kưm chôm kơn-nê chu xíp xi ô.

– Đồ ăn ngon quá!

음식이 맛이 있습니다!

Ưm-xi-ki ma-xi ít xưm ni tà!

– Rất cảm ơn vì đã mời tôi.

저를 초대 해 주서서 매우 즐겁습니다.

Chơ-rưl shô-te he chu-xiơ-xơ me-u chưl-kớp xưm ni tà.

– Vậy ngày mai chúng ta gặp nhé!

그럼, 내일 또 만납시다!

Kư-rơm, ne-il tô man-náp xi tà!

– Vậy tuần sau lại gặp nhé!

그럼, 다음 주에 또 만납시다!

Kư-rơm, ta-ưm-chu-ê tô man náp xi tà!

– Ngày mai gặp ở trường nhé!

내일 학교에서 만납시다!

Ne-il hác-kiô-ê-xơ man-náp xi tà!

– Chúng ta có thể gặp ở đâu?

어디서 만날까요?

Ơ-ti-xơ man-nal ca yố?

– Chúng ta hãy gặp ở quán cà-phê Sonme trước cổng giữa.

중앙청 앞 설매 다방에서 만납시다.

Chung-ang-shơn áp xơl-me ta-bang-ê-xơ man náp xi tà.

– Xin lỗi vì đã tới muộn.
늦어서 미안합니다.
Nư-chơ-xơ mi-an ham ni tà.

– Tôi xin lỗi vì đã để phải đợi.
기다리게 해서 죄송합니다.
Ki-ta-ri-kê-he-xơ chuê-xông ham ni tà.

– Lần này ông sẽ trú tại Incheon à?
이번에는 인천에서 체재하십니까?
I-bơ-nê-nưn in-shơ-nê-xơ shê-che-ha xim ni cá?

– Anh ấy trong lần trú tại Busan đã gặp cô ấy 3 lần.
그는 부산에서 체재중 그녀를 세번 방문했습니다.
Kư-nưn bu-xa-nê-xơ shê-che-chung kư-niơ-rưl bang-mun-hét xưm ni tà.

– Thôi chúng ta đi nào.
자, 이제 가야겠습니다.
Cha, i-chê ka-ya kết xưm ni tà.

– Tôi xin đứng dậy trước.
저는 이만 실례하겠습니다.
Chơ-nưn i-man xil-liê ha kết xưm ni tà.

– Để tôi tiễn ra cửa.
현관으로 안내 하겠습니다.
Hyơn-koa-nư-rô an-ne ha kết xưm ni tà.

– Xin cảm ơn. Chào ông.

감사합니다. 안녕히 계십시오.

Kam-xa-ham ni tà. An-nyơng-hi kiê xíp xi ô.

– Xin cảm ơn. Hẹn gặp lại ông.

감사합니다. 또 뵙겠습니다.

Kam-xa ham ni tà. Tô buếp kết xưm ni tà.

⌘ DU LỊCH   여행

Yơ-heng

– Khi nào ông định đi du lịch?

언제 관광을 하시겠습니까?

Ơn-chê koan-koang-ưl ha xi kết xưm ni cá?

– Tôi định đi du lịch vào tuần sau.

나는 다음 주일에 여행을 하려고 합니다.

Na-nưn ta-ưm chu-i-rê yơ-heng-ưl ha-rơ-kô ham ni tà.

– Ông định đi đâu?

어디로 가십니까?

Ơ-ti-rô ka xim ni cá?

– Tôi định đi chùa Bulkusa ở Kyongju.

경주에 있는 불국사에 갈려고 합니다.

Kiơng-chu-ê in-nưn bul-kúc-xa-ê kal-liơ-kô ham ni tà.

– Tôi đi cùng có được không?

저도 함께 가드릴까요?

Chơ-tô ham-cê ka tư-ril ca yố?

– Đây là vé tàu hỏa và xe bus đi Seoul- Kyongju.

이것이 서울 경주간의 기차와 고속버스의 완전한

시간표입니다.

*I-kơ-xi xơ-ul kiơng-chu-ca-nê ki-sha oa kô-xốc bơ-xư-ê
oan-chơn-han xi-can-phiô im ni tà.*

– Ông đi một mình à?

혼자 가십니까?

Hôn-cha ka xim ni cá?

– Không. Tôi đi cùng với bạn Hàn Quốc.

아닙니다. 한국 친구와 함께 갑니다.

A-nim ni tà. Han-kúc shin-ku oa ham-cê kam ni tà.

– Ông sẽ đi du lịch bằng tàu hỏa à?

기차로 여행 하십니까?

Ki-sha-rô yơ-hen ha xim ni cá?

– Không. Tôi đi bằng xe bus.

아닙니다. 고속 버스로 갑니다.

A-nim ni tà. Kô-xốc bơ-xư-rô kam ni tà.

– Tôi định đi bằng máy bay.
비행기로 가려고 합니다.
Bi-heng-ki-rô ka-liơ-kô ham ni tà.

– Tôi định đi du lịch ở đảo Jeju.
제주도를 여행 하려고 합니다.
Chê-chu-tô-rưl yơ-heng hal-liơ-kô ham ni tà.

– Tôi định đi du lịch bằng tàu .
배로 여행 하려고 합니다.
Be-rô yơ-heng hal-liơ-kô ham ni tà.

– Nhất định ông phải xem núi Halla nhé.
한라산을 꼭 보십시오.
Han-la-xa-nưl cốc bô xíp xi ô.

– Mấy giờ thì máy bay cất cánh?
몇 시에 비행기가 떠납니까?
Miớt xi-ê bi-heng-ki-ka tơ-nam ni cá?

– 2 giờ rưỡi máy bay sẽ cất cánh.
비행기는 두시 반에 떠날 것입니다.
Bi-heng-ki-nưn tu-xi ba-nê tơ-nal kơ-xim ni tà.

– Hãy cho tôi xem vé.
표를 보여 주십시오.
Phiô-rưl bô-yơ chu xíp xi ô.

– Chúng tôi định ở Jeju khoảng 1 tuần.
우리는 약 일주일간 제주도에 머무르려고 합니다.

U-ri-nưn yác il-chu-il-kan chê-chu-tô-ê mơ-mu-rư-riơ-kô ham ni tà.

– Từ Busan đi Jeju bằng tàu mất khoảng 8 tiếng.
부산에서 제주도까지 배로 약 여덟 시간이 걸립니다.

Bu-xa-nê-xơ chê-chu-tô ca-chi be-rô yác yơ-tơl xi-ka-ni kơl-lim ni tà.

– Khi nào thì xe lửa khởi hành đi Busan?
기차는 언제 부산으로 떠납니까?

Ki-sha-nưn ơn-chê bu-xa-nư-rô tơ-nam ni cá?

– Bán cho tôi 2 vé loại nhất đi Busan.
부산행 일등 차표 두장 만 주십시오.

Bu-xan-heng il-tưng sha-phiô tu chang-man chu xíp xíp ô.

– Xe lửa này có khoang giường nằm không?
이 기차는 침대차가 있습니까?

I ki-sha-nưn shim-te-sha-ka ít xưm ni cá?

– Đây là xe lửa đi Busan à?
이것이 부산행 기차입니까?

I kơ-xi bu-xan-heng ki-sha im ni cá?

– Xin mời ông lên tàu. Tàu hoả sẽ rời bến trong mấy phút nữa.

자 타십시오. 기차는 몇 분 내에 떠납니다.

Cha tha xíp xi ô. Ki-sha-nưn miớt bun ne-ê tơ-nam ni tà.

– Chỗ đỗ xe đi Jeonju là ở đâu?

전주로 가는 고속버스 정거장은 어디입니까?

Chơn-chu-rô ka-nưn kô-xốc bơ-xư chơng-kơ-chang-ưn ơ ti im ni cá?

– Nó ở gần Silbalpo.

신반포 근처 입니다.

Xin-ban-phô kưn-sơ im ni tà.

– Vẽ cho tôi đường đến Heinsa được không?

해인사로 가는 약도를 그려 주시겠습니까?

He-in-xa-rô ka-nưn yác-tô-rưl kư-riơ chu xi kết xưm ni cá?

– Ngôi chùa nổi tiếng nằm ở đâu?

유명한 불국사는 어디 있습니까?

Yu-miơng-han bul-kúc-xa-nưn ơ-ti ít xưm ni cá?

– Tôi sẽ đưa ông ra tận bến xe.

나는 당신을 정거장에서 배웅하겠습니다.

Na-nưn tang-xi-nưl chơng-kơ-chang-ê-xơ be-ung-ha kết xưm ni tà.

– Xin cảm ơn, chúng ta gặp ở chỗ đó nhé!

감사합니다. 그곳에서 만납시다!

Kam-xa ham ni tà. Kư-kô-xê-xơ man-náp xi tà!

– Vườn nằm cạnh cửa sổ ở đâu?

창가 침대는 어디 있지요?

Shang-ka shim-te-nưn ơ-ti ít chi yố?

– Khu ăn uống ở đâu?

식당차는 어디 있지요?

Xíc-tang-sha-nưn ơ-ti ít chi yố?

– Ga sau là ở đâu?

다음 역은 어디입니까?

Ta-ưm yơ-kưn ơ-ti im ni cá?

– Nào, chúng ta nghỉ 5 phút.

자, 오 분 간 휴식입니다.

Cha, ô bun kan hyu-xíc im ni tà.

– Con sông này tên là gì?

이 강의 이름은 무엇입니까?

I kang-ưl i-rư-mưn mu-ơ-xim ni cá?

– Mấy tiếng trước chúng ta đã đi qua Deajeon và gần đến Deagu rồi.

우리는 몇 시간 전에 대전을 지나 대구에 가까이 가고 있습니다.

U-ri-nưn miớt xi-kan chơ-nê te-chơ-nưl chi-na te-ku-ê ka-ca-I ka-kô ít xưm ni tà.

– Có cái thùng xe ở xe tải chở hàng.

화물차에 제 트렁크가 있습니다.

Hoa-mul-sha-ê chê thư-rơng-khư-ka ít xưm ni tà.

– Ngày mai chúng ta chuẩn bị nhé!

내일 준비를 합시다!

Ne-il chun-bi-rưl háp xi tà!

– Khu hướng dẫn ở đâu?

안내소는 어디 있습니까?

An-ne-xô-nưn ơ-ti ít xưm ni cá?

– Ôi, đẹp quá. Làng này tên là gì vậy?

참 아름답습니다. 이 마을의 이름은 무엇입니까?

Sham, a-rưm-táp xưm ni tà. I ma-ư-rê i-rư-mưn mu-ơ-xim ni cá?

– Xin gọi cho tôi một cái taxi.

택시를 하나 불러 주십시오.

Théc-xi-rửl ha-na bul-lơ chu xíp xi ô.

– Hãy xếp cẩn thận đồ cho tôi.

이 짐을 주의해서 다뤄 주십시오.

I chi-mửl chu-I he-xơ ta-rươ chu xíp xi ô.

– Hãy cho tôi đến chùa Heilsa.

해인사 절까지 데려다 주십시오.

He-in-xa chơl ca-chi tê-riơ-ta chu xíp xi ô.

– Hãy cẩn thận. Đi từ từ thôi.

조심하십시오. 천천히 갑시다.

Chô-xim ha xíp xi ô. Shơn-shơn-hi káp xi tà.

– Tôi có thể nhận được thông tin đi du lịch ở đâu?

어디서 여행 지식을 얻을 수 있을까요?

Ơ-ti-xơ yơ-heng chi-xi-kửl ơ-tửl xu ít xửl ca yố?

– Ở Seoul có rất nhiều các văn phòng du lịch.

서울에는 많은 여행사가 있습니다.

Xơ-u-rê-nửn ma-nửn yơ-heng-xa-ka ít xửm ni tà.

– Đây là cuốn sách hướng dẫn du lịch về Seoul rất tốt.

이것이 서울에 관한 완전한 안내 책자입니다.

I kơ-xi xơ-u-rê koan-han oan-chơn-han an-ne shéc-cha im ni tà.

– Có ai có cảm hứng đặc biệt không ạ?
특히 흥미를 가지고 계신 분야 라도 있으십니까?

Thư-khi hưng-mi-rưl ka-chi-kô kiê-xin bun-ya ra tô ít-xư xim ni cá?

– Anh có thể sử dụng xe buýt du lịch để có một chuyến tham quan thoải mái.
편안한 여행을 위해서 관광버스를 이용하실 수 있습니다.

Phiơn-an han yơ-heng-ưl uy-he-xơ koan-koang bơ-xư-rưl i-yông-ha xil xu ít xưm ni tà.

– Ông đã xem gì ở Seoul?
서울에서는 뭘 보셨습니까?

Xơ-u-rê-xơ-nưn mươl bô xiớt xưm ni cá?

– Để đi du lịch Panmunjom cần có giấy phép đặc biệt.
판문점 여행을 위해서는 특별한 허가가 필요합니다.

Phan-mun-chơm yơ-heng-ưl uy-he-xơ-nưn thức-biơ-ran hơ-ka-ka phi-riô ham ni tà.

– Chúng ta sẽ đi bãi biển Heuldea vào kỳ nghỉ hè nhé!
해운대 해수욕장에서 여름 휴가를 보냅시다!

He-un-te he-xu-yốc-chang-ê-xơ yơ-rưm hyu-ka-rưl bo-nép xi tà!

– Wuakerhin là nhà trẻ nổi tiếng ở Seoul.
워커힐은 서울에서 유명한 유원지입니다.

Uơ-khơ-hi-rưn xơ-u-rê-xơ yu-miong7-han uy won-chi im ni tà.

⌘ BƯU ĐIỆN   우체국에서

U-chê-ku-kê-xơ

– Bưu điện gần đây nhất là ở đâu?

가장 가까운 우체국은 어디있습니까?

Ka-chang ka-ca-un u-shê-ku-kưn ơ-ti ít xưm ni cá?

– Có thể mua tem ở bưu điện được.

우체국에서 우표를 살 수 있습니다.

U-shê-ku-kê-xơ u-phiô-rưl xal xu tí xưm ni tà.

– Cho tôi 2 con tem 100 won.

백 원짜리 우표 두 장만 주십시오.

Béc won cha-ri u-phiô tu chan-man chu xíp xi ô.

– Tôi muốn gửi thư này theo đường hàng không.

이 편지를 항공 우편으로 부치고 싶습니다.

*I phiên-chi-rưl hang-kông u-phiơ-nư-rô bu-shi-kô xíp xưm
ni tà.*

– Tôi muốn gửi món hàng này.

이 소포를 부치고 싶습니다.

I xô-phô-rưl bu-shi-kô xíp xưm ni tà.

– Tôi đang đánh bức điện này đi New York.

뉴욕으로 전보를 치고 싶습니다.

Niu-yô-kư-rô chơn-bô-rưl shi-kô xíp xưm ni tà.

– Bưu phẩm này dán đúng chưa?

이 우표는 뚝바로 붙였습니까?

I u-phiô-nưn tốc-ba-rô bu-shiớt xưm ni cá?

– Hãy dán bức thư này.

이 편지를 달아 주십시오.

I phiơn-chi-rưl ta-ra chu xíp xi ô.

– Tôi muốn gửi bức thư này đi Tungki.

이 편지를 등기로 부치고 싶습니다.

I phiơn-chi-rưl tưng-ki-rô bu-shi-kô xíp xưm ni tà.

– Thư gửi đi Tungki phải dán tem trị giá là bao nhiêu?

이 등기 편지에는 얼마짜리 우표를 붙여야 합니까?

*I tưng-ki phiơn-chi-ê-nưn ơl-ma cha-ri u-phiô-rưl bu-shiơ-
ya ham ni cá?*

– Bưu phẩm này mất khoảng 1 tuần sẽ đến Seoul.

이 소포는 약 일 주일면 서울에 도착합니다.

I xô-phô-nưn yác il chu-il-miơn xơ-u-rê tô-shác ham ni tà.

– Đánh điện trong nước thì phí hết bao nhiêu?

국내 전보 요금은 얼마입니까?

Kúc-ne chơn-bô yô-kư-mưn ơl-ma im ni cá?

– Đánh điện đi Dongkyong hết bao nhiêu ?

동경으로 가는 전보 요금은 얼마입니까?

*Tông-kiơng-ư-rô ka-nưn chơn-bô yô-kư-mưn ơl-ma im ni
cá?*

– Tôi muốn viết thư.

편지를 쓰고 싶습니다.

Phơn-chi-rưl sư-kô xíp xưm ni tà.

– Ông muốn viết thư cho ai?

당신은 누구에게 편지를 쓰십니까?

Tang-xi-nưn nu-ku-ê-kê phơn-chi-rưl sư xíp xi ô.

– Đêm qua tôi đã viết thư cho bạn.

지난 밤 나는 친구에게 편지를 썼습니다.

Chi-nan bam na-nưn shin-ku-ê-kê phơn-chi-rưl siớt xưm ni tà.

– Ông có thường nhận thư từ bạn không?

당신은 친구에게 가끔 편지를 받습니까?

Tang-xi-nưn shin-ku-ê-kê ka-cưm phơn-chi-rưl bát xưm ni cá?

– Khi viết xong hết thư, tôi gấp bức thư đó.

편지를 다 쓰면, 나는 그 편지를 접습니다.

Phơn-chi-rưl ta sư miơn, na-nưn kư phơn-chi-rưl chớp xưm ni tà.

– Tôi viết địa chỉ lên phong bì và dán tem lên đó.

나는 봉투에 주소를 쓰고, 그 봉투위에 우표를 부칩니다.

Na-nưn bông-thu-ê chu-xô-rưl sư-kô, kư bông-thu-uy-ê u-phiô-rưl bu-shim ni tà.

– Nó là cái thùng thư.

우체통 입니다.

U-shê-thông im ni tà.

✆ CƠ QUAN NHÀ NƯỚC

관청에서

Koan-shơ-nê-xơ

– Tôi có thể giúp gì được cho ông?

도와 드릴까요?

Tô-oa tư-ril ca yố?

– Tôi có thể giúp gì được?

무엇을 도와 드릴까요?

Mu-ơ-xưl tô-oa tư-ril ca yố?

– Xin hãy ngồi đợi ở đằng kia một lát.

저리에 앉아 조금만 기다리십시오.

Chơ-ri-ê an-cha chô-kưm-man ki-ta-ri xíp xi ô.

– Tôi nghĩ là tôi có thể giúp được cho ông.

당신을 도와 드릴 수 있다고 생각합니다.

Tang-xi-nưl tô-oa tư-ril xu ít-ta-kô xeng-các ham ni tà.

– Hãy cho tôi biết địa chỉ và tên của ông?

당신의 성함과 주소를 알려 주시겠습니까?

*Tang-xi-nê xơng-ham-koa chu-xô-rưl al-liơ chu xi kết xưm
ni cá?*

– Xin ông hãy viết vào mẫu này?
이 양식을 기록해 주시겠습니까?
I yang-xi-kưl ki-rốc-he chu xi kết xưm ni cá?

– Tôi muốn được hẹn phỏng vấn.
면접 약속을 하고 싶습니다.
Miơn-chớp yác-xô-kưl ha-kô xíp xưm ni tà.

– Ông ấy đang họp.
그는 지금 회의 중입니다.
Kư-nưn chi-kưm huê-i chung im ni tà.

– Phòng quản lý xuất nhập cảnh ở đâu?
출입국 관리 사무소는 어디 있습니까?
Shu-rip-kúc-koan-li xa-mu-xô-nưn ơ-ti ít xưm ni cá?

– Bộ ngoại giao ở đâu?
외무부는 어디 있습니까?
Uê-mu-bu-nưn ơ-ti ít xưm ni cá?

– Ở trong tòa nhà Cheil Chonghap.
제일 종합 청사 안에 있습니다.
Chê-il chông-háp shơng-xa a-nê ít xưm ni tà.

– Tôi phải gặp ai để gia hạn visa?
비자 연장건에 관해서는 누구를 만나 봐야 합니까?
Bi-cha yơn-chang-kơ-nê koan-he-xơ-nưn nu-ku-rưl man-na boa-ya ham ni cá?

– Tôi có lấy mẫu thay đổi địa chỉ được không?

주소 변경 신고에 관한 양식을 얻을 수 있습니까?

Chu-xô biơn-kiơng xin-kô-ê koan-han yang-xi-kưl ơ-tưl xu ít xưm ni cá?

– Tôi có thể ở đây thêm ít ngày nữa được không?

제가 여기 좀 더 머무를 수 있는 가능성이 있습니까?

Chê-ka yơ-ki chôm thơ mơ-mu-rưl xu in-nưn ka-nưng-xơng-i ít xưm ni cá?

– Ông đã nộp thuế thu nhập xong hết chưa?

당신은 소득세를 완납하셨습니까?

Tang-xi-nưn xô-tức-xê-rưl woan-náp ha xiớt xưm ni cá?

– Phí nộp cho bản đăng ký di dân là 10 ngàn won.

이민사증에 대한 요금은 만 원입니다.

I-min-xa-chưng-ê te-han yô-kư-mưn man won im ni tà.

– Chúng tôi sẽ gửi thư báo kết quả cho ông bằng đường bưu điện.

우리는 결과를 우편으로 통지해 드리겠습니다.

U-ri-nưn kiơl-koa-rưl u-phiô-nư-rô thông-chi-he tư-ri kết xưm ni tà.

⌘ NGÂN HÀNG 은행에서

Ưn-heng-ê-xơ

– Ngân hàng Halin ở đâu ?
한일 은행의 본점은 어디입니까?
Han-il ưn-heng-ê bôn-chơ-mưn ơ-ti im ni cá?

– Chi nhánh ngân hàng Sangop ở Dongdeamun là ở chỗ nào?
상업 은행의 동대문 지점은 어디입니까?
Xang-ớp ưn-heng-ê tông-te-mun chi-chơ-mưn ơ-ti im ni cá?

– Ông muốn gửi tiền tiết kiệm à?
예금을 하고 싶습니까?
Yê-kư-mưl ha-kô xíp xưm ni cá?

– Ông hãy viết vào tờ giấy này.
이 용지에 기입을 해 주십시오.
I yông-chi-ê ki-i-bưl he chu xíp xi ô.

– Tôi muốn rút 50 ngàn won.
오만 원을 찾고 싶습니다.
Ô man wuơ-nưl shát-kô xíp xưm ni tà.

– Tôi cần khoảng 10 ngàn won.
저는 약 만 원이 필요합니다.
Chơ-nưn yác man wo-ni phi-riô ham ni tà.

– Xin cho tôi xem chứng minh thư ?

신분 중명서를 보여 주시겠습니까?

Xin-bun chưng-miơng-xơ-rưl bô-yơ chu xi kết xưm ni cá?

– Cửa số 10 ở đâu?

십 번 창구는 어디입니까?

Xíp bơn shang-ku-nưn ơ-ti im ni cá?

– Xin đổi cho tôi tờ ngân phiếu này.

이 수표를 현금으로 바꾸고 싶습니다.

I xu-phiô-rưl hiơn-kư-mư-rô ba-cu-kôxíp xưm ni tà.

– Xin ông ký vào tờ ngân phiếu này đi?

여기에 서명을 해 주실까요?

Yơ-ki-ê xơ-miơng-ưl he chu xil ca yố?

– Tôi sẽ trả tiền như thế nào?

돈은 어떻게 드릴까요?

Tô-nưn ơ-tơ-khê tư-ril ca yố?

– Vâng, đúng vậy.Đây là tài khoản của tôi.

네, 그렇습니다. 여기 통장이 있습니다.

Nê, kư-rớt xưm ni tà. Yơ-ki thông-chang-i ít xưm ni tà.

– Đây là tiền gửi bình thường hay tiền gửi định kỳ ?

보통 예금입니까, 아니면 정기 예금입니까?

Bô-thông yê-kưm im ni cá, a-ni-miơn chơng-ki yê-kưm im ni cá?

– Đây là tiền gửi định kỳ.

정기 예금입니다.

Chơng-ki yê-kưm im ni tà.

– Ông hãy ghi số tiền mà ông định gửi đi.

예금 하실려는 금액을 적어 주십시오.

Yê-kưm ha xil-liơ-nưn kưm-e-kưl chơ-kơ chu xíp xi ô.

– Ông sẽ mua bảo hiểm chứ?

보험을 들겠습니까?

Bô-hơ-mưl tưl kết xưm ni cá?

– Đổi cho tôi 10 ngàn won ra tiền lẻ?

이 일 만 원권을 잔돈으로 바꿔 주시겠습니까?

I il man won-kươ-nưl chan-tô-nư-rô ba-cu-ơ chu xi kết xưm ni cá?

– Có tiền lẻ không?

잔돈이 있습니까?

Chan-tô-ni ít xưm ni cá?

– Tôi có thể mượn ít tiền không?

돈 좀 빌릴 수 있을까요?

Tôn chôm bil-lil xu ít xưl ca yố?

– Đây là 5 xu 500 won và 8 xu.

· 여기 오백 원 다섯 개와 동전 여덟 개가 있습니다.

Yơ-ki ô béc won ta xớt ke oa tông-chơn yơ-tơl ke-ka ít xưm ni tà.

– Nó thành 960 won.

구백육십 원이 되겠습니다.

Ku béc yúc xíp wo-ni tuê kết xưm ni tà.

✿ HIỆU SÁCH   서점에서

Xơ-chơ-mê-xơ

– Hiệu sách Donghoa ở đâu?

동화 서점 있습니까?

Tông-hoa xơ-chơm ít xưm ni cá?

– Hiệu sách Chongro ở đâu?

종로 서점 어디있습니까?

Chông-nô xơ-chơm ơ-ti ít xưm ni cá?

– Tôi có thể mua sách lịch sử Hàn Quốc ở đâu?

어디서 한국 역사책을 살 수 있습니까?

Ơ-ti-xơ han-kúc yớc-xa she-kưl xal xu ít xưm ni cá?

– Có sách hướng dẫn Hàn Quốc không?

한국 안내서가 있습니까?

Han-kúc an-ne-xơ-ka ít xưm ni cá?

– Có đây ạ. Sách này mới được xuất bản gần đây.

네, 여기 있습니다. 이 책은 최근에 발간되었습니다.

Nê, yơ-ki ít xưm ni tà. I she-kưn shuê-kư-nê bal-kan tuê ớt xưm ni tà.

– Bao nhiêu ạ?

얼마입니까?

Ơl-ma im ni cá?

– Năm ngàn won.

오천 원입니다.

Ô-shơn won im ni tà.

– Tôi sẽ mua cái đó.

그걸 사겠습니다.

Kư kơl xa kết xưm ni tà.

– Có sách nào cho tôi xem được không?

보여 드릴 책이라도 또 있습니까?

Bô-yơ tư-ril she-ki-ra-tô tô ít xưm ni cá?

– Có từ điển liên quan tới kinh tế không?

경제에 관한 사전이 있습니까?

Kiơng-chê-ê koan-han xa-chơ-ni ít xưm ni cá?

– Có từ điển liên quan tới chính trị không?

정치에 관한 사전이 있습니까?

Chơng-shi-ê koan-han xa-chơ-ni ít xưm ni cá?

– Tôi muốn một cuốn tiểu thuyết thú vị.

재미 있는 소설을 원합니다.

Che-mi in-nưn xô-xơ-rưl wu-ơn ham ni tà.

– Ông muốn tiểu thuyết nước ngoài à?

외국소설을 원합니까?

Uê-kúc xô-xơ-rưl wu-ơn ham ni cá?

– Không, tôi muốn tiểu thuyết của Hàn Quốc.

아닙니다. 한국 작가가 쓴 소설을 원합니다.

A-nim ni tà. Han-kúc chác-ka-ka sưn xô-xơ-rưl wươn ham ni tà.

– Vâng. Ở đây có một cuốn tiểu thuyết đang rất được ưa chuộng.

네, 있습니다. 여기 매우 인기 있는 소설이 하나 있습니다.

Nê, ít xưm ni tà. Yơ-ki me-u in-ki in-nưn xô-xơ-rk ha-na ít xưm ni tà.

– Tác giả là ai?

저자는 누구입니까?

Chơ-cha-nưn nu-ku im ni cá?

– Là giáo sư Kimkilsu ở trường đại học Seoul.

서울 대학교의 김길수 박사입니다.

Xơ-ul te-hắc-kiô-ê kim-kil-xu bác-xa im ni tà.

– Tôi xin lỗi. Đã bán hết cả rồi.

미안합니다. 그것은 모두 팔렸습니다.

Mi-an hắm ni tà. Kư kơ-xưn mô-tu phal-liớt xưm ni tà.

– Nó có tái bản nữa không?

다시 발행됩니까?

Ta-xi ba-reng tuêm ni cá?

– Nếu có nữa thì xin hãy để một cuốn cho tôi.

새로 공급되면 저를 위해 한 권만 보관해 주십시오.

Xe-rô kông-kứp tuê mơn chơ-rưl uy-he han kươn-man bô-koan he chu xíp xi ô.

⌘ GIẢI TRÍ
오락

Ô-rác

– Sở thích của ông là gì?

당신의 취미는 무엇입니까?

Tang-xi-nê shuy-mi-nưn mu-ơ-xim ni cá?

– Sở thích của tôi là sưu tầm tem.

나의 취미는 우표 수집입니다.

Na-ưi shuy-mi-nưn u-phiô xu-chíp im ni tà.

– Ông thích trò giải trí nào?

당신의 어떤 오락을 좋아하십니까?

Tang-xi-nê ơ-tơn ô-ra-kưl chô-a-ha xim ni cá?

– Tôi thích xem phim.

나는 영화 구경을 좋아합니다.

Na-nưn yơng-hoa ku-kiơng-ưl chô-a-ham ni tà.

-- Tôi thì trò giải trí nào tôi cũng thích.

나는 오락적 이기만 하면 무엇이나 좋아합니다.

Na-nưn ô-rác-chốc i-ki-man ha-miơn mu-ơ-xi-na chô-a-ham ni tà.

– Ngày mai tôi đi picnic. Ông có đi cùng không?

우리는 내일 피크닉을 갑니다. 함께 가시겠습니까?

U-ri-nưn ne-il phi-khư-ni-kưl kam ni tà. Ham-cê ka-xi kết xưm ni cá?

– Chúng tôi cùng đi núi Dobong.

우리는 도봉산에 같이 가겠습니다.

U-ri-nưn tô-bông-xa-nê ka-shi ka-kết xưm ni tà.

– Chúng tôi sẽ vui vẻ đi cùng với ông.

즐거운 마음으로 같이 가겠습니다.

Chưl-kơ-un ma-ư-mư-rô ka-shi ka kết xưm ni tà.

– Nếu vậy thì sáng mai 10 giờ chúng ta sẽ gặp nhau ở bến xe bus gần ga Seoul.

그렇다면 내일 아침 열시에 서울역근처의 버스

정거장에 서 만납시다.

Kư-rơ-tha-miơn ne-il a-shim yơl-xi-ê xơ-ul-liớc kưn-shơ-ê bơ-xư chơng-kơ-chang-ê-xơ man-náp xi tà.

- 7 giờ sáng ngày chủ nhật chúng ta sẽ nhau ở quán trà Dachong và cùng đi leo núi đi.

  일요일 아침 일곱 시에 다정 다방에서 만나 등산 갑시다.

  I-riô-il a-shim il kốp xi-ê ta-chơng ta-bang-ê-xơ man-na tưng-xan káp xi tà.

- Cách để thưởng thức mùa thu là hãy đi ra ngoài.

  가을을 즐기는 유일한 방법은 밖으로 나가는 것입니다.

  Ka-ư-rưl chưl-ki-nưn yu-il-han bang-bơ-bưn bác-kư-rôna-ka-nưn kơ-xim ni tà.

- Đừng quên mang theo cơm hộp đi nhé.

  도시락을 가져 오는 것을 잊지 마십시오.

  Tô-xi-ra-kưl ka-chiơ ô-nưn kơ-xưl ít-chi ma xíp xi ô.

- Tôi sẽ mang ấm để đun nước pha cafe.

  커피를 끓이기 위해 주전자를 가지고 가겠습니다.

  Khơ-phi-rưl cưl-li-ki uy-he chu-chơn-cha-rưl ka-chi-kô ka kết xưm ni tà.

- Để leo núi hãy mặc áo cũ và giày thật thoải mái.

  등산을 위해서는 헌 옷과 편한 신발을 신으십시오.

  Tưng-xa-nưl uy-he-xơ-nưn hơn ốt-koa phiơn-han xin-ba-rưl xi-nư xíp xi ô.

– Sau khi ăn tối nên chúng tôi đi bộ dọc theo bờ đê.

저녁을 먹고나서, 강둑을 따라 산보를 합시다 .

Chơ-niơ-kưl móc-kô-na-xơ, kang-tu-kưl ta-ra xan-bô-rưl háp xi tà.

– Trong rừng sâu chúng ta sẽ nghe thấy tiếng chim và vẹt hót.

깊은 숲속에서 우리는 뻐꾹새와 종달새 울음 소리를 듣습니다.

Ki-phưn xúp-xô-kê-xơ u-ri-nưn bơ-cúc-xe oa chông il-xe u-rưm xô-ri-rưl tứt xưm ni tà.

– Chúng ta sẽ ngồi lên cỏ và ăn trưa.

우리는 잔디 위에 앉아서 점심을 먹겠습니다.

U-ri-nưn chan-ti uy-ê an-cha-xơ chơm-xi-mưl móc kết xưm ni tà.

– Chủ nhật tuần sau sẽ đi leo núi?

다음 일요일에 등산을 가시겠습니까?

Ta-ưm i-riô-i-rê tưng-xa-nưl ka-xi kết xưm ni cá?

– Tôi rất thích đi leo núi.

나는 산에 가기를 좋아합니다.

Na-nưn xa-nê ka-ki-rưl chô-a-ham ni tà.

– Vào mùa hè tôi rất thích đi ra biển bơi.
여름에 나는 수영을 하기 위해 바다에 가기를
좋아합니다.

Yơ-rư-mê na-nưn xu-yơng-ưl ha-ki uy-he ba-ta-ê ka-ki-rưl chô-a-ham ni tà.

– Ở gần Busan có bãi biển rất đẹp.
부산 근처에는 좋은 해수욕장이 있습니다.

Bu-xan kưn-shơ-ê-nưn chô-ưn he-xu-yốc-chang-i ít xưm ni tà.

– Vâng, kể cả bãi Heuldea nữa là có mấy bãi biển rất đẹp.
네, 해운대를 포함한 몇 개의 좋은 해수욕장이
있습니다.

Nê, he-un-te-rưl phô-ham-han miớt ke-ê chô-ưn he-xu-yốc-chang-i ít xưm ni tà.

– Hôm nay Chủ nhật, chúng ta đi bãi biển Songdo đi.
오늘 일요일 송도 해수욕장에 갑시다.

Ô-nưl i-riô-il xông-tô he-xu-yốc-chang-ê káp xi tà.

– Ông bơi giỏi quá!
당신은 수영을 썩 잘합니다!

Tang-xi-nưn xu-yơng-ưl sốc chal ham ni tà!

– Ông có muốn chèo thuyền ra biển không?
배를 저어 해안으로 돌아갈까요?

Be-rưl chơ-ơ he-a-nư-rô tô-ra-kal ca yố?

– Sống gần bãi biển thật là lãng mạn.
해변가의 생활은 매우 낭만적입니다.

He-biơn-ka-ê xeng-hoa-rưn me-u nang-man-chơ-kim ni tà.

– Núi đẹp nhất Hàn Quốc là núi nào?
한국에서 가장 아름다운 산은 무엇입니까?

Han-kúc-kê-xơ ka-chang a-rưm-ta-un xa-nưn mu-ơ-xim ni cá?

– Là núi Kumkang, nhưng nó lại ở miền bắc.
금강산입니다. 그러나 그것은 이북에 있습니다.

Kưm-kang xan im ni tà, kư-rơ-na kư-kơ-xưn i bu-kê ít xưm ni tà.

– Tôi rất thích câu cá.
나는 낚시를 매우 좋아합니다.

Na-nưn nác-xi-rưl me-u chô-a-ham ni tà.

– Hôm nay Chủ nhật, chúng ta đi câu cá ông thấy sao?
오늘 일요일에 낚시를 가는게 어떻겠습니까?

Ô-nưl i-riô-i-rê nác-xi-rưl ka-nưn-kê ơ-tớt xưm ni cá?

– Chỗ nào câu cá nổi tiếng?

낚시로는 어느 곳이 유명합니까?

Nác-xi-rô-nưn ơ-nư kô-xi yu-miơng ham ni cá?

– Ở Chongpuong có hồ câu cá nổi tiếng.

청평 호수가 낚시터로 유명합니다.

Shơng-phiơng hô-xu-ka nác-xi-thơ-rô yu-miơng ham ni tà.

– Chúng ta hay đi tản bộ tới cung Toksu nhé!

덕수궁으로 산보를 갑시다!

Tốc-xu-kung-ư-rô xan-bô-rưl káp xi tà!

– Bọn trẻ rất thích đi chơi công viên thiên nhiên Yongin.

아이들은 용인 자연농원에 가길 좋아합니다.

*A-i-tư-rưn yông-in cha-yơn nông- wuơ-nê ka-kil chô-a-
ham ni tà.*

– Ở Seoul có nhiều rạp hát không?

서울에는 많은 극장이 있습니까?

Xơ-u-rê-nưn ma-nưn kức-chang-i ít xưm ni cá?

– Tôi muốn xem kịch của Hàn Quốc.

한국 연극을 하나 보고 싶습니다.

Han-kúc yơng-kư-kưl ha-na bô-kô xíp xưm ni tà.

– Tôi có thể xem kịch ở đâu?

어디서 한국 연극을 볼 수 있습니까?

Ơ-ti-xơ han-kúc yơn-kư-kưl bôl xu ít xưm ni cá?

– Ông có thể xem trên đường Dongsungdong.

동숭동 거리에서 구경할 수 있습니다.

Tông-xung-tông kơ-ri-ê-xơ ku-kiơng-hal xu ít xưm ni tà.

– Ông có thể xem phim Hàn Quốc hay nước ngoài trong rạp ở Seoul.

당신은 서울의 영화관에서 한국영화나 외국영화를 볼 수 있습니다.

Tang-xi-nưn xơ-u-rê yơng-hoa-koa-nê-xơ han-kúc-yơng-hoa-na uê-kúc yơng-hoa-rưl bôl xu ít xưm ni tà.

– Tối nay chúng ta đi xem phim được không?

오늘밤 좋은 영화라도 있습니까?

Ô-nưl-bam chô-ưn yơng-hoa-ra-tô ít xưm ni cá?

– Ở rạp Deahan đang trình chiếu phim Deawonkwon của Hàn Quốc.

대한극장은 한국영화 "대원군"을 상영하고 있습니다.

Te-han kức-chang-ưn han-kúc yơng-hoa "te-won-kun" ưl xang-yơng-ha-kô ít xưm ni tà.

– Ở Seoul có rất nhiều phòng trà.

서울에는 많은 다방이 있습니다.

Xơ-u-rê-nưn ma-nưn ta-bang-i ít xưm ni tà.

– Sau bữa trưa hãy nghỉ ở phòng trà nhé!

점심후에 다방에서 좀 쉽니다!

Chơm-xim hu-ê ta-bang-ê-xơ chôm xuym ni tà!

⌘ BỆNH VIỆN

병원 에서

Biơng-wuơ-nê-xơ

– Ông bị đau ở đâu?

어디가 아프십니까?

Ơ-ti-ka a-phư xim ni cá?

– Tôi đau mắt.

눈이 아픕니다.

Nu-ni a-phưm ni tà.

– Có vẻ là hơi sốt.

약간 열이 있습니다.

Yác-kan yơ-ri ít xưm ni tà.

– Bị đau dạ dày.

복통이 있습니다.

Bốc-thông-i ít xưm ni tà.

– Ông ăn uống thế nào?

식욕은 어떻습니까?

Xíc yô-kưn ơ-tớt xưm ni cá?

– Để tôi đo nhiệt độ .

열을 재어 보겠습니다.

Yơ-rưl che-ơ bô kết xưm ni tà.

– Ông hãy nằm xuống.
잠깐 누우십시오.
Cham-can nu-u xíp xi ô.

– Ông đừng thở dài.
숨을 길게 마시 십시오.
Xu-mưl kil-kê ma-xi xíp xi ô.

– Bệnh của tôi nặng lắm phải không?
내 병은 심각합니까?'
Ne biơng-ưn xim kác ham ni cá?

– Tôi có thể ăn những gì tôi muốn ăn không?
먹고 싶은 것을 먹어도 됩니까?
Mớc-kô xi-phưn kơ-xưl mơ-kơ-tô tuêm ni cá?

– Tôi đã nằm viện trong 2 tuần.
이 주일 동안 병원에서 입원하고 있었습니다.
I chu-il tông-an biơng-wuơ-nê-xơ íp-wuơn ha-kô ít xớt xưm ni tà.

– Ông đã nằm viện nào?
어느 병원에 입원 했었습니까?
Ơ-nư biơng-wuơ-nê íp wuơn hét xớt xưm ni cá?

– Tôi đã nằm viện Busok thuộc bệnh viện đại học Seoul.
나는 서울 대학교 부속 병원에 입원하고 있었습니다.
Na-nưn xơ-ul te-hắc-kiô bu-xốc biơng-wuơ-nê íp-wuơn-ha-kô ít xớt xưm ni tà.

– Tôi đã phẫu thuật viêm ruột thừa.

나는 맹장염을 수술했습니다.

Na-nưn meng-chang-yơ-mưl xu-xul hét xưm ni tà.

– Mong ông nhanh chóng hồi phục.

속히 회복 하시기를 빕니다.

Xô-khi huê-bốc ha-xi-ki -rưl bim ni tà.

– Kết quả tốt sẽ hồi phục nhanh thôi.

경과가 좋아서 곧 회복했습니다.

Kiơng-koa-ka chô-a-xơ kốt huê bốc hét xưm ni tà.

– Mặt ông tái hết rồi. Ông đau ở đâu à?

얼굴이 창백합니다. 아팠습니까?

Ơl-ku-ri shang-béc-ham ni tà. A-phát xưm ni cá?

– Đêm qua bị sốt. Sáng hôm nay trong người không khoẻ.

지난 밤 열이 있었습니다. 오늘 아침까지도 몸이 좋지

못합니다

Chi-nan bam yơ-ri ít xớt xưm ni tà. Ô-nưl a-shim ca-chi-tô mô-mi chốt chi mô-tham ni tà.

– Không được rồi. Ông nên đi tìm gặp bác sĩ ngay.

안됐군요. 의사를 찾아 뵙는 것이 좋을 것입니다.

An tét kun yô. Ưi-xa-rưl sha-cha buếp-nưn kơ-xi chô-ưl kơ-xim ni tà.

– Thuốc này một ngày uống 3 lần.

이 약을 하루에 세 번씩 잡수십시오.

I ya-kưl ha-ru-ê xê bơn síc cháp xu xíp xi ô.

– Ông sẽ khoẻ ngay thôi.

곧 몸이 좋아 지실 것입니다.

Kốt mô-mi chô-a-chi-xil kơ-xim ni tà.

– Ông bị thương à?

다치셨습니까?

Ta-shi-xiớt xưm ni cá?

– Vâng, nhưng chỉ bị thương nhẹ thôi.

네, 그러나 단지 가벼운 상처입니다.

Nê, kư-rơ-na tan-chi ka-biơ-un sang-shơ im ni tà.

– Hôm nay ông thấy đỡ chưa?

오늘은 몸이 좀 나았습니까?

Ô-nưl mô-mi chôm na-át xưm ni cá?

– Ông bị cảm nặng rồi.

심한 감기가 들었습니다.

Xim-han kam-ki-ka tư-rớt xưm ni tà.

– Có lẽ tôi bị cảm lạnh rồi.

오한이 든 것 같습니다.

Ô-ha-ni tưn kớt kát xưm ni tà.

– Tôi rất khổ vì chứng mất ngủ.

불면증으로 고생하고 있습니다.

Bul-miơn-chưng-ư-rô kô-xeng-ha-kô ít xưm ni tà.

– Tôi không thể ngủ được cả đêm.

밤새도록 잘 수가 없었습니다.

Bam-xe-tô-rốc chal xu-ka ớp xớt xưm ni tà.

– Ông hãy nghỉ ngơi đi.

푹 쉬십시오.

Phúc xuy xíp xi ô.

⌘ HIỆU CẮT TÓC   이발관에서

Bal-koä-nê-xơ

– Ông cắt tóc ạ?

머리를 깎으시겠습니까, 선생님?

Mơ-ri-rưl các-kư-xi kết xưm ni cá, xơn-xeng-nim?

– Vâng, cả cạo râu cho tôi.

네, 면도 도 해 주십시오.

Nê, mơn-tô tô-he chu xíp xi ô.

– Ông hãy đến đây và ngồi đây.

이리로 오십시오. 여기 앉으십시오.

I-ri-rô ô xíp xi ô. Yơ-ki an-chư xíp xi ô.

– Ông muốn cắt tóc như thế nào?

어떻게 머리를 깎아 드릴까요?

Ơ-tơ-khê mơ-ri-rưl kát-ka tư-ril ca yố?

– Đừng cắt ngắn quá.

너무 짧지 않게 깎아 주십시오.

Nơ-mu chal-chi an-khê cát-ka chu xíp xi ô.

– Để tôi cắt cho ông bằng máy nhé?

이발 기계로 깎을까요?

I bal ki-kiê-rô cát-kưl ca yố?

– Hãy cạo râu cho tôi thật nhẹ, Da của tôi rất mỏng.

될수있는 대로 가볍게 면도를 해 주십시오. 제 살갗은

매우 약합니다.

*Tuêl xu-in-nưn te-rô ka-biớp-kê miơn-tô-rưl he chu xíp xi
ô. Chê xal-ka-shưn me-u yác ham ni tà.*

– Ông hãy đến đây để gội đầu.

세발하러 이리로 오십시오.

Xê-bal-ha-rơ i-ri-rô ô xíp xi ô.

– Khi xong rồi hãy mátxa cho tôi.

다 마친후에 마사지 좀 해주십시오.

Ta ma-shin hu-ê ma-xa-chi chôm he-chu xíp xi ô.

– Ông có bôi dầu thơm không?

포마드를 바르시겠습니까?

Phơ-ma-tư-rưl ba-rư-xi kết xưm ni cá?

– Ông muốn rẽ ngôi bên nào?

머리를 어느 쪽으로 가르십니까, 선생님?

Mơ-ri-rưl ơ-nư chô-kư-rô ka-rư xim ni cá, xơn-xeng-nim?

– Rẽ bên trái.

왼쪽으로 가릅니다.

Uên chô-kư-rô ka-rưm ni tà.

– Hết 25 ngàn won.

이만 오천 원입니다.

I-man ô-shơn won im ni tà.

– Đây là 30 ngàn won. Cứ để tiền thừa ở đó ạ.

여기 삼만 원이 있습니다. 잔돈은 그만 두십시오.

Yơ-ki xam-man wo-ni ít xưm ni tà. Chan-tô-nưn kư-man tu xíp xi ô.

– Xin cảm ơn, ông hãy đến nữa nhé!

감사합니다, 또 오십시오!

Kam-xa ham nị tà, tô ô xíp xi ô!

⌘ ĐI DẠO   산보

Xan-bô

– Đi dạo rất tốt cho sức khỏe.

산보는 건강에 좋습니다.

Xan-bô-nưn kơn-kang-ê chốt xưm ni tà.

– Nếu vậy chúng ta cùng đi nào.

그렇다면 함께 나갑시다.

Kư-rơ-tha-miơn ham-cê na káp xi tà.

– Chúng ta sẽ đi đâu?

어디로 갈까요?

Ơ-ti-rô kal ca yố?

– Chúng ta hãy đến cung Toksu đi, nơi đó rất hợp cho đi dạo.

덕수궁에 갑시다, 산보 하기에 좋은 장소입니다.

Tốc-xu-kung-ê káp xi tà, xan-bô ha-ki-ê chô-ưn chang-xô im ni tà.

– Đi công viên Jangjungtan thì chỗ nào tốt?

장충단 공원으로 가는 것은 어떻습니까?

Chang-shung-tan kông-wuơ-nư-rô ka-nưn kơ-xưn ơ-tớt xưm ni cá?

– Thôi chúng ta cứ đi thôi!

어쨌든 나갑시다!

Ơ-chét-tưn na káp xi tà!

– Đi đường nào đây?

어느길로 갈까요?

Ơ-nư-kil-lô kal ca yố?

– Đi đường này.

이 길로 갑시다.

I kil-lô káp xi tà.

– Cung Toksu xa không?

덕수궁은 얼마나 멉니까?

Tốc-xu-kung-ưn ơl-ma-na mơm ni cá?

– Cách đây khoảng 1 tiếng đi bộ.

여기서 한 시간 거리입니다.

Yơ-ki-xơ han xi-kan kơ-ri im ni tà.

– Tên đường này là gì?

이 길의 이름은 무엇입니까?

I ki-rê i-rư-mưn mu-ơ-xim ni cá?

– Là Kwanghoamun.

광화문입니다.

Koang-hoa-mun im ni tà.

– Tòa nhà cao kia tên là gì?

저 높은 빌딩의 이름은 무엇입니까?

Chơ nô-phưn bil-ting-ê i-rư-mưn mu-ơ-xim ni cá?

– Là tòa nhà Sam il.
삼일 빌딩입니다.
Xam-il bil-ting im ni tà.

– Đường này nhiều người quá.
이 거리는 정말 사람이 많습니다.
I kơ-ri-nưn chơng-mal xa-ra-mi man xưm ni tà.

– Chúng ta sẽ tới công viên ngay thôi.
우리는 곧 공원에 도착할 것입니다.
U-ri-nưn kốt kông-wuơ-nê tô-shác hal kơ-xim ni tà.

– Tôi thấy hơi mệt.
나는 약간 피곤해졌습니다.
Na-nưn yác-kan phi-kôn-he-chiớt xưm ni tà.

– Chúng ta ăn trưa thôi.
점심 먹읍시다.
Chơm-xim mơ-kúp xi tà.

– Gần đây có nhà hàng ngon lắm.
근처에 좋은 식당이 있습니다.
Kưn-shơ-ê chô-ưn xíc-tang-i ít xưm ni tà.

– Rất nhiều những đôi tình nhân trẻ đang đi dạo trong công viên.
많은 젊은 연인들이 공원에서 산보를 하고 있습니다.
Ma-nưn chơl-mưn yơn-in-tư-ri kông-wuơ-nê-xơ xan-bô-rưl ha-kô ít xưm ni tà.

– Đây là cung Toksu.

이것이 덕수궁입니다.

I kơ-xi tốc-xu-kung im ni tà.

– Kiến trúc thật đẹp!

얼마나 아름다운 건축입니까!

Ơl-ma-na a-rưm-ta-un kơn-shúc im ni tà!

⌘ NHÀ THUÊ

셋집

Xết chíp

– Có nhà cho thuê không?

세 놓을 집이 있습니까?

Xê-nô-ưl chi-bi ít xưm ni cá?

– Có phòng cho thuê không ?

세 놓을 방이 있습니까?

Xê-nô-ưl bang-i ít xưm ni cá?

– Nhà này cho thuê.

이것이 세 놓을 집입니다.

I kơ-xi xê-nô-ưl chíp im ni tà.

– Thật là tuyệt vời.

참 훌륭합니다

Sham hul-liung ham ni tà.

– Nhà này có gara không?

이 집에 차고가 있습니까?

I chi-bể sha-kô-ka ít xưm ni cá?

– Có gara và có cả khuôn viên nữa.

네, 차고와 아름다운 정원이 있습니다.

Nê, sha-kô-oa a-rưm-ta-un chơng-wươ-ni ít xưm ni tà.

– Từ trung tâm đến đây mất khoảng 10 phút.

시청에서 여기까지 약 십 분이 걸립니다.

Xi-shơng-ê-xơ yơ-ki-ca-chi yác xíp bu-ni kơl-lim ni tà.

– Tôi thích nhà này.

이 집이 마음에 듭니다.

I chi-bi ma-ư-mê tưm ni tà.

– Tiền thuê là bao nhiêu?

세는 얼마입니까?

Xê-nưn ơl-ma im ni cá?

– Một tháng 1 triệu won .

한달에 백만 원입니다.

Han-ta-rê béc man won im ni tà.

– Phải trả trước 6 tháng.

육 개월치의 세를 선불해야 됩니다.

Yúc ke-wươl-shi-ê xê-rư xơn-bul-he-ya tuêm ni tà.

– Khi nào thì ông chuyển nhà?

언제 이사할까요?

Ơn-chê I xa hạl ca yố?

– Khoảng sau thứ Sáu tuần sau là tốt.

다음 금요일 이후 어느 때나 좋습니다.

Ta-ưm kư-miô-il i-hu ơ-nư te-na chốt xưm ni tà.

– Tốt lắm. Tôi sẽ lấy (thuê) nhà này vậy.

좋습니다. 이 집으로 하겠습니다.

Chốt xưm ni tà. I chi-bư-rô ha kết xưm ni tà.

– Ngày mai chúng ta hãy ký hợp đồng.

내일 계약을 합시다.

Ne-il kiê-ya-kưl hápxi tà.

– Tôi đã xem quảng cáo trên báo. Vẫn còn nhà chứ ạ?

신문에서 집에 관한 광고를 보았습니다. 아직도 집이

있습니까?

Xin-mu-nê-xơ chi-bê koan-han koang-kô-rưl bô-át xưm ni tà. A-chíc-tô chi-bi ít xưm ni cá?

– Tôi xin lỗi, nhà đã cho thuê rồi.

미안합니다, 어제 집이 나갔습니다.

Mi-an ham ni tà, ơ-chê chi-bi na-cát xưm ni tà.

– Ông sống ở nhà chung cư hay nhà riêng?

당신은 아파트에 사십니까, 아니면 주택에 사십니까?

Tang-xi-nưn a-pha-thư-ê xa xim ni cá, a-ni-miơn chu-the-kê xa xim ni cá?

– Tôi sống ở chung cư.

나는 아파트에 삽니다.

Na-nưn a-pha-thư-ê xam ni tà.

⌘ CÂU LẠC BỘ THỂ THAO   체육관에서

Shê-yúc-koa-nê-xơ

– Chúng ta chơi bóng bàn đi.

탁구를 칩시다.

Thác-ku-rưl shíp xi tà.

– Anh có biết chơi tennis không?

테니스를 칠 줄 아십니까?

Thê-ni-xư-rưl shil chul a-xim ni cá?

– Sân vận động Seoul ở đâu?

서울 운동장이 어디 있습니까?

Xơ-ul un-tông-chang-i ơ-ti ít xưm ni cá?

– Ở sân vận động Seoul có nơi đánh bóng chày.

서울 운동장에는 야구장이 있습니다.

Xơ-ul un-tông-chang-ê-nưn ya-ku-chang-i ít xưm ni tà.

– Trận thi đấu bóng đá sẽ diễn ra ở sân vận động Hyojang.

축구 경기는 대개 효창 운동장에서 열립니다.

Shúc-ku kiơng-ki-nưn te-ke hiô-shang un-tông-chang-ê-xơ yơl-lim ni tà.

– Ở sân Jangjung là nơi rất tốt để chơi bóng rổ.

장충 체육관은 농구를 하기에 좋은 장소입니다.

Chang-shung shê-yúc-koa-nưn nông-ku-rưl ha-ki-ê chô-ưn chang-xô im ni tà.

– Đội bóng chày có 9 cầu thủ.

야구팀은 아홉 선수로 구성됩니다.

Ya-ku-thi-mưn a-hốp xơn-xu-rô ku-xơng-tuêm ni tà.

– 6 người chơi bóng chuyền.

여섯 사람이 배구를 합니다.

Yơ-xớt xa-ra-mi be-ku-rưl ham ni tà.

– Ở sân vận động Seoul đang chuẩn bị thiết bị phục vụ cho trận đấu đêm.

서울 운동장은 야간 경기를 위한 시설을 갖추고

있습니다.

Xơ-ul un-tông-chang-ưn ya-kan kiơng-ki-rưl uy-han xi-xơ-rưl kát-shu-kô ít xưm ni tà.

– Đội bóng rổ nữ Hàn quốc thắng vượt đội Indonexia 80/60.

한국 여자 농구팀은 인도네사이팀을 팔십 대 육십으로 격파했습니다.

Han-kúc yơ-cha nông-ku-thi-mưn in-tô-nê-xi-a-thi-mưl phal-xip te yúc-xi-bư-rô kiớt-pha hét xưm ni tà.

– Điểm trận đấu tennis giữa vận động viên Hàn Quốc và Mỹ là bao nhiêu?

한국과 미국 선수가 벌인 테니스시합의 점수는 얼마입 니 까?

Han-kúc koa mi-kúc xơn-xu-ka bơ-rin thê-ni-xư xi-ha-bê chơm-xu-nưn ơl-ma im ni cá?

– Anh không đi xem trận đấu bóng chày à?

야구 시합에 안 가겠습니까?

Ya-ku xi-ha-bê an ka-kết xưm ni cá?

– Chúng ta đến sân vận động Chamsil để xem trận đấu bóng chày Hàn Nhật đi.

한, 일 친선 야구경기를 보러 잠실 운동장에 갑시다.

Han, il shin-xơn ya-ku-kiơng-ki-rưl bô-rơ cham-xil un-tông-chang-ê káp xi tà.

– Đã hết vé rồi.

표는 매진입니다.

Phiô-nưn me-chin im ni tà.

– Olympic năm 1988 đã mở được tổ chức ở Seoul Hàn Quốc.
천구백팔십팔년 올림픽 경기는 한국의 서울에서 열렸
습 니다.

*Shơn-ku-béc-phal-xíp-phal-niơn ô-lim-phíc kiơng-ki-nưn
han-ku-kê xơ-u-rê-xơ yơl-liớt xưm ni tà.*

– Hàn Quốc tham gia thi đấu ở Olympic.
한국은 올림픽 경기에 참가 합니다.

Han-ku-kưn ô-lim-phíc kiơng-ki-ê sham-ka ham ni tà.

– Ông có biết chơi fecing không?
펜싱을 할 줄 아십니까?

Phên-xing-ưl hal chul a xim ni cá?

– Đội bóng của Hàn Quốc là một trong đội bóng mạnh nhất
châu Á.
한국 축구팀은 아시아에서 가장 강한 팀중의
하나입니다.

*Han-kúc shúc-ku-thi-mưn a-xi-a-ê-xơ ka-chang kang-han
thim-chung-ê ha-na im ni tà.*

⌘ CỬA HÀNG BÁN ĐỒ CỔ　　골동품 가게에서

Kôl-tông-phum ka-kê-ê-xơ.

– Có rất nhiều cửa hàng bán đồ cổ ở Hàn Quốc.

한국에는 많은 골동품 상점이 있습니다.

*Han-ku-kê-nưn ma-nưn kôl-tông-phum xang-chơ-mi ít xưm
ni tà.*

– Tôi có thể xem đồ cổ của Hàn Quốc ở đâu?

어디서 한국 골동품들을 볼 수 있습니까?

Ơ-ti-xơ han-kúc kôl-tông-phum-tư-rưl bôl xu ít xưm ni cá?

– Để tôi sẽ đưa ông đi, trên đường Insadong có rất nhiều cửa
hàng bán đồ cổ của Hàn Quốc.

제가 모시겠습니다. 인사동 거리에서 많은 골동품

상점을 발견 할 수가 있습니다.

*Chê-ka mô-xi kết xưm ni tà. in-xa-tông kơ-ri-ê-xơ ma-nưn
kôl-tông-phum xang-chơ-mưl bal kiơn hal xu-ka ít xưm ni
tà.*

– Lịch sử Hàn Quốc rất dài, nên đang lưu giữ rất nhiều các di
sản văn hoá quý giá.

한국은 역사가 길기 때문에, 수많은 귀중한 문화 유 산

들 을 가지고 있습니다.

*Han-ku-kưn yóc-xa-ka kil-ki te-mu-nê, xu-ma-nưn kuy-
chung- han mun-hóa yu-xan-tư-rưl ka-chi-kô ít xưm ni tà.*

– Cái bình gốm sứ màu trắng đời Lý này đã được biết đến trên toàn thế giới.

이조 백자는 세계적으로 잘 알려져 있습니다.

I-chô béc-cha-nưn xê-kiê-chơ-kư-rôchal al-liơ-chiơ ít xưm ni tà.

– Cái vại màu xanh kia là gì thế?

푸른색의 저 항아리는 무엇입니까?

Phu-rưn xe-kê chơ hang-a-ri-nưn mu-ơ-xim ni cá?

– Nó là gốm thời Goryo rất nổi tiếng, tổ tiên thời Goryo của chúng tôi đã làm ra nó.

유명한 고려자기 입니다, 그것은 고려 시대에 우리 선조 들이 만들었습니다.

Yu-miơng-han kô-riơ-cha-ki im ni tà, kư-kơ-xưn kô-riơ xi-te-ê u-ri xơn-chô-tư-ri man-tư-rớt xưm ni tà.

– Có thể mua được tiền xu cổ ở cửa hàng đồ cổ không?

골동품 상점에서 옛날 동전을 살 수 있습니까?

Kôl-tông-phum xang-chơ-mê-xơ yên-nal tông-chơ-nưl xal xu ít xưm ni cá?

– Tất nhiên rồi, có rất nhiều loại tiền xu cổ mà tổ tiên chúng tôi đã dùng.

물론입니다. 한국 선조들이 사용했던 여러 가지 옛날 동 전이 있습니다.

Mu-lôn im ni tà. han-kúc xơn-chô-tư-ri xa-yông hét-tơn yơ-rơ ka-chi yết nal tông-chơ-ni ít xưm ni tà.

– Cái tượng này là gì?

이 상은 무엇입니까?

I xang-ưn mu-ơ-xim ni cá?

– Cái đó là tượng Phật làm bằng vàng.

그것은 금으로 만든 불상입니다.

Kư-kơ-xưn kư-mư-rô man-tưn bul-xang im ni tà.

– Nó được phát hiện ở đâu?

어디서 발견되었습니까?

Ơ-ti-xơ bal-kiơn-tuê ớt xưm ni cá?

– Nó được phát hiện ở Kyongju thủ đô của Shilla ngày xưa.

옛날 신라 시대의 수도인 경주에서 발견되었습니다.

Yên-nal xin-la-xi-te-ê xu-tô-in kiơng-chu-ê-xơ bal-kiơn tuê ớt xưm ni tà.

– Có bán cái đó cho tôi không?

그것을 저에게 파시겠습니까?

Kư-kơ-xửl chơ-ê-kê pha-xi kết xưm ni cá?

– Không thể bán được. Nhưng có thể bán được đồ mô phỏng theo mẫu của cái bình này.

안됩니다. 팔 수 없습니다. 그러나 그와 모양이 똑 같은 모조품을 팔 수 있습니다.

An tuêm ni tà. Phal xu ớp xưm ni tà, kư-rơ-na kư-oa mô-yang-i tốc-ka-thưn mô-chô-phu-mưl phal xu ít xưm ni tà.

- Có rất nhiều những di sản văn hoá quý giá được bảo quản trong bảo tàng quốc gia.

수 많은 고귀한 문화 유물들이 국립박물관에 보관되어 있습니다.

Xu ma-nưn kô-kuy-han mun-hoa yu-mul-tư-ri kúc-níp bang-mul-koa-nê bô-koan tuê ơ ít xưm ni tà.

- Nếu đi đến bảo tàng có thể xem được rất nhiều những di sản quý giá và có thể học được về văn hoá rực rỡ của Hàn Quốc trong quá khứ.

박물관에 가면 수 많은 고귀한 유물들을 관찰함으로써, 과거의 찬란했던 한국 문화를 배울 수가 있습니다.

Bang-mul-koa-nê ka-miơn xu ma-nưn kô-kuy-han yu-mul-tư-rưl koan-shal-ha-mư-rô-sơ, koa-kơ-ê shan-lan hét-tơn han-kúc mun-hoa-rưl be-ul xu-ka ít xưm ni tà.

- Phật giáo có nhiều ảnh hưởng đến văn hóa cổ đại của Hàn Quốc.

불교는 고대 한국 문화에 많은 영향을 주었습니다.

Bul-kiô-nưn kô-te han-kúc mun-hoa-ê ma-nưn yơng-hiang-ưl chu ớt xưm ni tà.

- Hàn Quốc đã chịu rất nhiều ảnh hưởng của văn hóa Trung Quốc.

한국은 중국문화에서 많은 영향을 받았습니다.

Han-ku-kưn chung-kúc mun-hoa-ê-xơ ma-nưn yơng-hiang-ưl ba-tát xưm ni tà.

– Hàn Quốc rất tự hào về văn hóa và lịch sử 5000 năm.

한국은 오천 년의 역사와 문화를 자랑합니다.

Han-ku-kưn ô-shơn niơ-nê yớc-xa-oa mun-hoa-rưl cha-rang ham ni tà.

⌘ TRƯỜNG ĐẠI HỌC

교정에서

Kiô-chơng-ê-xơ

– Ở Hàn Quốc có mấy trường đại học?

한국에는 대학이 몇 개나 있습니까?

Han-ku-kê-nưn te-ha-ki miớt ke-na ít xưm ni cá?

– Có khoảng hơn 80 trường .

팔십 개 이상의 대학이 있습니다.

Phal-xíp ke i-xang-ê te-ha-ki ít xưm ni tà.

– Ở Hàn Quốc học kỳ mùa xuân thường bắt đầu khi nào?

한국에서 봄 학기는 언제 시작합니까?

Han-ku-kê-xơ bôm hắc-ki-nưn ơn-chê xi-chác ham ni cá?

– Bình thường học kỳ mùa xuân thường bắt đầu vào tháng ba.

보통 봄 학기는 삼월에 시작합니다.

Bô-thông bôm hắc-ki-nưn xam wuơ-rê xi-chác ham ni tà.

– Học kỳ mùa thu bắt đầu vào tháng chín.

가을 학기는 구월에 시작합니다.

Ka-ưl hắc-ki-nưn ku-wuơ-rê xi-chác ham ni tà.

– Ở Seoul có mấy trường đại học dành cho nữ giới, một trong đó là trường đại học I hoa.

서울에서 여자들만을 위한 몇 개의 대학이 있습니다,

그 중의 하나가 이화 여자 대학교 입니다.

Xơ-u-rê-xơ yơ-cha-tưl-ma-nưl uy-han miớt ke-ê te-ha-ki ít xưm ni tà, kư chung-ê ha-na-ka i-hoa yơ-cha te-hắc-kiô im ni tà.

– Chỉ cho tôi đường đến thư viện của trường?

학교 도서관으로 가는 길을 가르쳐 주시겠습니까?

Hắc-kiô tô-xơ-koa-nư-rô ka-nưn ki-rưl ka-rư-shiơ chu xi kết xưm ni cá?

– Ở giảng đường đang mở rất nhiều các buổi hội thảo và các khóa giảng mang tính học thuật.

강당에서는 많은 학술 세미나와 강연이 열립니다.

Kang-tang-ê-xơ-nưn ma-nưn hắc-xul xê-mi-na oa kang-yơ-ni yơl-lim ni tà.

– Đến mùa thu có rất nhiều các lễ hội được mở trên các trường ở toàn quốc.

가을이 오면 여러 가지 축제가 전국대학 캠퍼스에서

열립니다.

Ka-ư-ri ô-miơn yơ-rơ ka-chi shúc-chê-ka chơn-kúc te-hắc khem-phơ-xư-ê-xơ yơl-lim ni tà.

– Tôi có thể bàn bạc về nghề nghiệp ở đâu không?

어디서 직업에 관한 상의를 할 수 있을까요?

Ơ-ti-xơ chi-kơ-bê koan-han xang-ưi-rưl hal xu ít xưl ca yố?

– Ông ở trường này bao lâu rồi?

이 학교에 얼마나 계셨습니까?

I hắc-kiô-ê ơl-ma-na kiê-xiớt xưm ni cá?

– Ông có thể đến khoa học sinh để bàn bạc về nghề nghiệp.

학생과에서 직업에 관한 상의를 할 수 있습니다.

Hắc-xeng-koa-ê-xơ chi-kơ-bê koan-han xang-ưi-rưl hal xu ít xưm ni tà.

– Có thể biết kết quả học tập ở đâu?

어디서 성적을 볼 수 있을까요?

Ơ-ti-xơ xơng-chơ-kưl bôl xu ít-xưl ca yố?

– Có thể biết được thành tích học tập trong phòng giáo vụ.

교무과에서 성적을 볼 수 있습니다.

Kiô-mu-koa-ê-xơ xơng-chơ-kưl bôl xu ít xưm ni tà.

– Bình thường kỳ nghỉ hè là một tháng.

일반적으로 여름 방학은 한 달 반동안 계속됩니다.

Il ban-chơ-kư-rô yơ-rưm bang-ha-kưn han tal ban-tông-an kiê-xốc tuêm ni tà.

⌘ BẾN TÀU

정거장에서

Chơng-kơ-chang-ê-xơ

– Đường sắt Hàn Quốc được điều hành bởi chính phủ.
한국의 철도는 전부 정부에서 운영하고 있습니다.
Han-ku-kê shơl-tô-nưn chơn-bu chơng-bu-ê-xơ un-yơng-ha-kô ít xưm ni tà.

– Tôi có thể đi tàu lửa đến Busan ở đâu?
부산행 기차는 어디서 탈 수 있습니까?
Bu-xan-heng ki-sha-nưn ơ-ti-xơ thal xu ít xưm ni cá?

– Ông có thể đi tàu lửa ở ga Seoul.
서울역에서 기차를 탈 수 있습니다.
Xơ-ul-liơ-kê-xơ ki-sha-rưl thal xu ít xưm ni tà.

– Ông quay lại chỗ cổng soát vé là được.
매표구는 저리로 돌아가면 있습니다.
Me-phiô-ku-nưn chơ-ri-rô tô-ra-ka-miơn ít xưm ni tà.

– Tàu lửa Deajeon là cái nào vậy?
대전행 기차는 어느 것입니까?
Te-chơn-heng ki-sha-nưn ơ-nư kơ-xim ni cá?

– Tàu lửa Deajeon là tàu số 1546.
천 오백사십육 호가 대전행 기차입니다.
Shơn ô-béc-xa-xíp-yúc hô-ka te-chơn-heng ki-sha im ni tà.

– Cho tôi một vé tàu đi Busan.
부산행 차표-한 장만 주십시오.
Bu-xan-heng sha-phiô han chang-man chu xíp xi ô.

– Cho tôi một vé tàu khứ hồi đi Deagu.
대구행 왕복 차표를 한 장만 주십시오.
Te-ku-heng oang-bốc sha-phiô-rưl han chang-man chu xíp xi ô.

– Tàu du lịch Seoul Busan khởi hành mỗi ngày à?
관광 기차가 매일 서울-부산간을 운행합니다.
Koan-koang ki-sha-ka me-il xơ-ul-bu-xan-ka-nưn un-heng ham ni tà.

– Tàu lửa này mấy giờ sẽ xuất phát?
이 기차는 몇 시에 출발합니까?
I ki-sha-nưn miớt xi-ê shul-bal ham ni cá?

– Chuông reo rồi, phải đi nhanh thôi.
벨이 울립니다, 빨리 가셔야 겠습니다.
Bê-ri ul-lim ni tà, pal-li ka-xơ-ya kết xưm ni tà.

– Tàu lửa này đi Deajeon mất 2 tiếng.
이 기차로 두 시간이면 대전에 갈 수 있습니다.
I ki-sha-rô tu xi-ka-ni-miơn te-chơ-nê kal xu ít xưm ni tà.

– Tàu đi nhanh và an toàn hơn xe bus.

기차는 버스보다 안전하고 빠릅니다.

Ki-sha-nưn bơ-xư bô-ta an-chơn-ha-kô pa-rưm ni tà.

– Tôi sẽ chỉ cho ông tàu có nhà ăn?

식당차에 안내해 주시겠습니까?

Xíc-tang-sha-ê an-ne-he chu-xi kết xưm ni cá?

– Xe và vé xe ở đây.

차장, 차표가 여기 있습니다.

Sha-chang, sha-phiô-ka yơ-ki ít xưm ni tà.

⌘ SIÊU THỊ

백화점에서

Béc-hoa-chơ-mê-xơ

– Tôi tìm cửa hàng bán đồ chơi.

완구점을 찾고 있습니다 .

Oan-ku-chơ-mưl shát-kô ít xưm ni tà.

– Tôi định xem cái máy ảnh.

카메라를 구경하려고 합니다.

Kha-mê-ra-rưl ku-kiơng-ha-riơ-kô ham ni tà.

– Giày của đàn ông bán ở đâu?

남자용 구두는 어디서 팝니까?

Nam-cha-yông ku-tu-nưn ơ-ti-xơ pham ni cá?

– Ông có thể mua ở tầng 3.

삼 층에서 사실 수 있습니다.

Xam shưng-ê-xơ xa-xil xu ít xưm ni tà.

– Tầng 3 ở đâu?

삼 층 어디입니까?

Xam-shưng ơ-ti im ni cá?

– Ông hãy đi thang cuốn lên. Nếu xuống sẽ nhìn thấy hàng bán máy ảnh ở bên phải.

승강기를 타십시오. 내리시면 바로 오른쪽편에

카메라부가 있습니다.

Xưng-kang-ki-rưl tha xíp xi ô. Ne-ri-xi-miơn ba-rô ô-rưn-chốc-phiơ-nê kha-mê-ra-bu-ka ít xưm ni tà.

– Sách được bán trong hiệu sách ở tầng 5.
책은 오 층의 서적부에서 팔고 있습니다.
She-kưn ô shưng-ê xơ-chóc-bu-ê-xơ phal-kô ít xưm ni tà.

– Đây là nơi bán giá rẻ đúng không?
염가 매출 하는 곳이 있습니까?
Yơm-ka me-shung-ha-nưn kô-xi ít xưm ni cá?

– Vâng, ở tầng 6 đang mở đợt giảm giá đặc biệt.
예, 있습니다, 특별 하계 대매출이 육 층에서 열리고
있습니다.
*Yê, ít xưm ni tà, thức-biơl ha-kiê te-me-shu-ri yúc shưng-
ê-xơ yơl-li-kô ít xưm ni tà.*

– Ông đi hết cuối đường này rồi rẽ sang tay phải.
이 통로 끝까지 가서 오른쪽으로 도십시요.
I thông-rô cức-ca-chi ka-xơ ô-rưn-chô-kư-rô tô xíp xi yô.

– Có những loại sản phẩm nào?
어떤 종류의 상품이 있습니까?
Ơ-tơn chông-niu-ê xang-phu-mi ít xưm ni cá?

– Có bán rất nhiều loại sản phẩm từ giày dép cho đến đồ bếp.
구두에서 주방용구에 이르기까지 여러 가지 상품들을
팔고 있습니다.
*Ku-tu-ê-xơ chu-bang-yông-ku-ê i-rư-ki-ca-chi yơ-rơ ka-chi
xang-phum-tư-rưl phal-kô ít xưm ni tà.*

– Nơi bán đồ nội thất trên tầng 9.

가구 매장은 구 충에 있습니다.

Ka-ku me-chang-ưn ku shưng-ê ít xưm ni tà.

– Ông định mua gì?

무엇을 사시겠습니까?

Mu-ơ-xưl xa-xi kết xưm ni cá?

– Tôi muốn xem.

그저 구경하는 것입니다.

Kư-chơ ku-kiơng-ha-nưn kơ-xim ni tà.

– Có sản phẩm lon nhập không?

수입한 통조림 상품이 있습니까?

Xu-íp-han thông-chô-rim xang-phu-mi ít xưm ni cá?

– Có, nó nằm trên giá đằng kia.

예, 있습니다. 저쪽 선반 위에 있습니다.

Yê, ít xưm ni tà. chơ-chốc xơn-ban uy-ê ít xưm ni tà.

– Có sản phẩm ngũ cốc không?

곡류 식품도 있습니까?

Kốc-riu xíc-phum-tô ít xưm ni cá?

– Quầy tính tiền nằm ở đằng kia.

카운터 저쪽에 있습니다.

Kha-un-thơ chơ-chô-kê ít xưm ni tà.

– Vâng, nó có nhiều loại. Ông cần loại nào?

네, 여러 가지 종류가 있습니다. 어떤 종류를
원하십니까?

*Nê, yơ-rơ ka-chi chông-niu-ka ít xưm ni tà. Ơ-tơn chông-
niu-rưl wươn ha xim ni cá?*

– Cái đồng hồ kia bao nhiêu?

저 시계는 얼마입니까?

Chơ xi-kiê-nưn ơl-ma im ni cá?

– 50 ngàn won.

오 만 원입니다.

Ô man won im ni tà.

– Mắc quá. Có cái nào rẻ hơn không?

너무 비쌉니다. 좀 더 싼 것은 없습니까?

Nơ-mu bi sam ni tà. Chôm tơ san kơ-xưn ớp xưm ni cá?

– Nếu vậy thì tôi sẽ dùng thử cái này.

그러시다면 이것을 한번 써 보십시요.

Kư-rơ-xi-ta-mơn i-kơ-xưl han-bơn sơ bô xíp xi yô.

– Cái này thì thế nào? Cái này 9 ngàn won.

이것은 어떻습니까? 이것은 구 천원입니다.

I kơ-xưn ơ tớt xưm ni cá? I kơ-xưn ku shơn won im ni tà.

– Giá cũng phải chăng. Tôi sẽ mua cái này.
값이 적당하군요. 그걸 사겠습니다.

Káp-xi chớc-tang-ha-ku-niô. Kư kơl xa kết xưm ni tà.

– Ông có đặt hàng không?
주문을 하시겠습니까?

Chu-mu-nưl ha-xi kết xưm ni cá?

– Xin cảm ơn, ông hãy đợi cho một chút, tôi sẽ gói hàng cho ông.
감사합니다, 잠깐만 기다리시겠습니까? 포장해 드리겠습니다.

Kam-xa ham ni tà, cham-can-man ki-ta-ri xi kết xưm ni cá? Phô-chang-he tư-ri kết xưm ni tà.

– Hãy gói cái này theo dạng gói quà cho tôi.
선물용 포장으로 해 주십시오.

Xơn-mul-yông phô-chang-ư-rô he chu xíp xi ô.

– Ông tìm gì sao?
무얼 찾으십니까?

Mu-ơl sha-chư xim ni cá?

– Tôi sẽ gọi một người biết nói tiếng Anh.
영어를 할 수 있는 사람을 불러 드리겠습니다.

Yơng-ơ-rưl hal xu in-nưn xa-ra-mưl bu-lơ tư-ri kết xưm ni tà.

– Cho tôi xem cái cà-vạt bằng sợi kia.

저 모직 넥타이를 좀 봅시다.

Chơ mô-chíc nếc-tha-i-rưl chôm bốp xi tà.

– Ông nói cái này sao?

이것 말씀이십니까?

I-kớt mal-sư-mi xim ni cá?

– Không, cái bên cạnh ấy.

아닙니다, 바로 그 옆에 있는 것 말입니다.

A-nim ni tà, ba-rô kư yơ-phê in-nưn kớt ma-rim ni tà.

– Nó màu sáng nhẹ nhưng rất hợp với bộ com-lê mà ông mặc đấy. Loại cà-vạt như thế này ai cũng thích.

부두러운 빛깔이긴 하지만, 입으신 양복하고 잘

어울립니다. 이런 넥타이는 어느 분이나 다

좋아합니다.

Bu-tư-rơ-un bít-ca-ri kin ha-chi-man, i-bư-xin yang-bốc-ha-kô chal ơ-ul-lim ni tà. I-rơn nếc-tha-i-nưn ơ-nư bu-ni-na ta chô-a-ham ni tà.

– So với cái cà-vạt màu nâu kia thì thế nào?

저 갈색 넥타이에 비하면 어떻습니까?

Chơ kal-xéc nếc-tha-i-ê bi-ha-miơn ơ-tớt xưm ni cá?

– So với màu kia thì cái này đẹp hơn nhiều.

제 생각에는 이것이 훨씬 나은 것같습니다.

Chê xeng-ka-kê-nưn i-kơ-xi hươl-sin na-ưn kớt kát xưm ni tà.

– Có thể giao cái này đến tận nhà cho tôi không?
이것을 배달해 주실 수 있습니까?

I kơ-xưl be-tal-he chu-xil xu ít xưm ni cá?

– Nếu ở trong thành phố thì sẽ giao miễn phí, nhưng nếu ở ngoại thành thì sẽ nhận thêm phí giao hàng là 2 ngàn won.
시내 배달은 무료 입니다만, 교외 배달은 포장비와

취급비로 이천원을 더 받습니다.

xi-ne be-ta-rưn mu-riô im ni ta man, kiô-uê be-ta-rưn phô-chang-bi-oa shuy-kứp-bi-rô i-shơn-wo-nưl tơ bát xưm ni tà.

– Tôi muốn mua một bộ com-lê (complet).
양복을 한 벌 사고 싶습니다.

Yang-bô-kưl han bơl xa-kô xíp xưm ni tà.

– Ông sẽ may chứ?
한 벌 맞추시겠습니까?

Han bơl mát-shu-xi kết xưm ni cá?

– Tôi sẽ mua đồ may sẵn.
기성복을 사겠습니다.

Ki-xơng-bô-kưl xa kết xưm ni tà.

– Màu này rất được ưa chuộng trong năm nay, ông mặc thử đi.
이 색깔이 올해 아주 유행 입니다, 한번 입어 보십시오.

I xéc-ca-ri ôl-he a-chu yu-heng im ni tà, han-bơn i-bơ bô xíp xi ô.

– Nó có hợp với tôi không?

내게 맞을까요?

Ne-kê ma-chưl ca yố?

– Nó rất hợp đấy ạ.

아주 어울립니다.

A-chu ơ-ul-lim ni tà.

– Cho tôi xem vải mẫu đi.

옷감 견본 좀 보여 주십시오.

Ốt-kam kiơn-bôn chôm bô-yơ chu xíp xi ô.

– Vải mẫu của com-lê hay áo khoác ạ?

양복감 입니까, 아니면 스프링 코트감 입니까?

Yang-bốc-kam im ni cá, a-ni-ni-miơn xư-phư-ring khô-thư-kam im ni cá?

– Ông hãy đặt may với vải này đi.

이 천으로 한 벌 맞춰 주십시오.

I shơ-nư-rô han bơl mát-shuơ chu xíp xi ô.

– Để tôi đo nhé?

재어 볼까요?

Che-ơ bôl ca yố?

– Thứ Ba tuần sau sẽ xong cơ bản.

다음 주 화요일에 가봉이 되겠습니다.

Ta-ưm chu-hoa-yô-i-rê ka-bông-i tuê kết xưm ni tà.

– Tôi nghe nói rằng ở siêu thị này có triển lãm hoa.

이 백화점에서 특별 꽃꽂이 전시회가 열리고 있다고
들었습니다.

I béc-hoa-chơ-mê-xơ thức-biơl ốt-cô-shi chơn-xi-huê-ka yơl-li-kô ít ta-kô tư-rớt xưm ni tà.

– Vâng, triển lãm hoa mở trên tầng 10 đến hết tuần này.

그렇습니다, 꽃꽂이 전시회가 십 층에서 금주 말까지
열리고 있습니다.

Kư-rớt xưm ni tà, cốt-cô-shi chơn-xi-huê-ka íp shưng-ê-xơ kưm-chu mal-ca-chi yơl-li-kô ít xưm ni tà.

– Tôi có thể mua vé xem triển lãm ở đây không?

여기서 전시회 관람권을 살 수 있습니까?

Yơ-ki-xơ chơn-xi-huê koan-lam-kươ-nưl xal xu ít xưm ni cá?

– Vé vào cổng miễn phí đấy ạ.

입장은 무료입니다.

Íp-chang-ưn mu-riô im ni tà.

– Thang cuốn này có đi lên tầng 10 không?

이 승강기는 십 층으로 갑니까?

I xưng-kang-ki-nưn xíp shưng-ư-rô kam ni cá?

– Không. Ông hãy đi thang số 5.

아닙니다. 오 번 승강기를 타십시오.

Nim-ni-tà. Ô bơn xưng-kang-ki-rưl tha xíp xi ô.

⌘ TIỆM BÁNH NGỌT   빵집에서

Pang-chíp-ê-xơ

– Cho tôi một ổ bánh mì.
식빵 한 덩어리 주십시오.
Xíc-pang han tơng-ơ-ri chu xíp xi ô.

– Ông muốn loại nào?
어떤 것으로 드릴까요?
Ơ-tơn kơ-xư-rô tư-ril ca yố?

– Cho tôi xăng-uých.
샌드위치 빵으로 주십시오.
Xen-tư-uy-shi pang-ư-rô chu xíp xi ô.

– Có cắt ra không ?
썰어서 드릴까요?
Sơ-rơ-xơ tư-ril ca yố?

– Cắt dày như thế nào?
어느 정도의 두께로 썰어 드릴까요?
Ơ-nư chơng-tô-ê tu-cê-rô sơ-rơ tư-ril ca yố?

– Cắt thật mỏng cho tôi, tôi làm xăng-uých.
아주 얇게 썰어 주십시오. 샌드위치를 만들 것입니다.
Chu yơl-kê sơ-rơ chu xíp xi ô. Xen-tư-uy-shi man-tử kơ-xim ni tà.

– Có tonut không?

도넛츠도 있습니까?

Tô-nớt-shư-tô ít xưm ni cá?

– Tôi xin lỗi, cái đó đã bán hết cả rồi.

죄송합니다, 모두 팔렸습니다.

Chuê-xông-ham ni tà, mô-tu phal-liớt xưm ni tà.

– Có bánh ngọt không?

과자빵은 있습니까?

Koa-cha-pang-ưn ít xưm ni cá?

– Có tất cả các loại bánh ngọt.

갖가지 것이 모두 있습니다.

Kát-ka-chi kơ-xi mô-tu ít xưm ni tà.

– Tôi đã bán rẻ rồi.

후하게 드렸습니다.

Hu-ha-kê tư-riớt xưm ni tà.

– Ông ăn thử đi.

하나 드셔 보십시오.

Ha-na tư-xiơ bô xíp xi ô.

– Ngoài ra anh còn cần gì nữa không?

그 밖에 다른 것은 필요하지 않습니까?

Kư ba-kê ta-rưn kơ-xưn phi-riô-ha-chi an xưm ni cá?

– Ông có muốn ăn thử bánh này không?

이 과자를 한번 드셔 보시겠습니까?

I koa-cha-rưl han-bơn tư-xiơ bô-xi kết xưm ni cá?

– 100 gam là 800 won. Ông ăn thử xem thế nào.

백 그램에 팔 백 원입니다. 드셔보시고 맛이 어떤가

보십시오.

Béc kư-re-mê phal béc won im ni tà. Tư-xiơ-bô-xi-kô ma-xi ơ-tơn-ka bô xíp xi ô.

– Ngon lắm. Cho tôi 500 gam.

좋습니다. 오백 그램만 사겠습니다.

Chốt xưm ni tà. Ô-béc kư-rem-man xa kết xưm ni tà.

– Cái bánh gói trong giấy dầu kia là bánh gì thế?

이 기름 종이에 싸놓은 빵은 무슨 빵입니까?

I ki-rưm chông-i-ê sa-nô-ưn pang-ưn mu-xưn pang im ni cá?

– Bánh lúa mạch đen này bao nhiêu?

이 호:밀빵은 얼마입니까?

I hô-mil-pang-ưn ơl-ma im ni cá?

– Cho tôi một khúc bánh mì nhé?

반 덩어리만 살 수 있습니까?

Ban tơng-ơ-ri-man xal xu ít xưm ni cá?

– Không sao. Ở đây ạ!
아무렴요. 여기 있습니다!
A-mu-riơ-miô. Yơ-ki ít xưm ni tà!

– Bánh kem này có thể để được trong bao lâu?
이 슈크림은 얼마 동안이나 두어 둘수 있습니까?
I xiu-khư-ri-mưn ơl-ma-tông-an-i-na tu-ơ tul xu ít xưm ni cá?

– Có thể để được ở trong tủ lạnh khoảng 3 ngày.
냉장고 속에 넣어서 삼 일 정도 둘 수 있습니다.
Neng-chang-kô xô-kê nơ-ơ-xơ xam il chơng-tô tul xu ít xưm ni tà.

– Cho tôi 6 cái.
여섯 개만 사겠습니다.
Yơ-xớt ke-man xa kết xưm ni tà.

– Để tôi gói lại.
빵을 싸 드리겠습니다.
Pang-ưl sa tư-ri kết xưm ni tà.

– Đây là bánh gì vậy?
이것은 무슨 과자입니까?
I kơ-xưn mu-xưn koa-cha im ni cá?

– Đây là bánh Tok kiểu Hàn Quốc.
한국식 떡입니다.
Han-kúc-xíc tớc im ni tà.

– Bên trong có những gì vậy?

속에 무엇이 들어 있습니까?

Xô-kê mu-ơ-xi tư-rơ ít xưm ni cá?

– Có nhân ngọt.

단 고물이 들어 있습니다.

Tan kô-mu-ri tư-rơ ít xưm ni tà.

– Tôi không biết là nó có ngọt lắm không?

너무 달지 모르겠습니다.

Nơ-mu tal-chi mô-rư kết xưm ni tà.

– Có ngon không?

맛이 좋습니까?

Ma-xi chốt xưm ni cá?

– Vâng, rất ngon. Ở đây có một chút dầu, ông ăn thử đi.

네, 아주 맛이 있습니다. 여기 조그만 시식용이 있으니

한번 드셔보십시오.

Nê, a-chu ma-xi ít xưm ni tà. Yơ-ki chô-kư-man xi-xíc-yông-i ít-xư-ni han-bơn tư-xiơ bô xíp xi ô.

– Ôi, ngon quá. Tôi sẽ mua mấy cái.

참, 맛이 좋습니다. 몇 개 사겠습니다.

Sham, ma-xi chốt xưm ni tà. Miớt ke xa kết xưm ni tà.

– Mantu là gì vậy?

만두는 무엇 입니까?

Man-tu-nưn mu-ơ-xim ni cá?

– Là bánh kiểu Trung Quốc.

중국식 과자입니다.

Chung-kúc-xíc koa-cha im ni tà.

– Tôi có thể mua được Mantu ở đâu?

어디서 만두를 살 수 있습니까?

Ơ-ti-xơ man-tu-rưl xal xu ít xưm ni cá?

– Có thể mua được trong nhà hàng Trung Quốc.

중국 음식점에서 그것을 살 수 있습니다.

Chung-kúc ưm-xíc-chơ-mê-xơ kư-kơ-xưl xal xu ít xưm ni tà.

– Cái bánh này rất ngon, nó là sản phẩm đặc biệt của Busan đấy.

이 카스텔라가 아주 맛이 있습니다, 부산의 특산품 이랍니다.

I kha-xư-thêl-la-ka a-chu ma-xi ít xưm ni tà, bu-xa-nê thức-xan-phum i-ram ni tà.

– Tôi sẽ mua một hộp.

한 상자 사겠습니다.

Han xang-cha xa-kết xưm ni tà.

– Ông lấy hộp lớn nhé? Hay là hộp nhỏ?

큰 상자로 드릴까요? 아니면 작은 상자로 드릴까요?

Khưn xang-cha-rô tư-ril ca yố? A-ni-miơn cha-kưn xang-cha-rô tư-ril ca yố?

– Cho tôi hộp nhỏ đi.

작은 상자로 주십시오.

Cha-kưn xang-cha-rô chu xíp xi ô.

– Bao nhiêu ạ?

얼마입니까?

Ơl-ma-im ni cá?

– 5 ngàn won.

오천 원입니다.

Ô-shơn won im ni tà.

– Để tôi gói lại nhé?

싸 주시겠습니까?

Xa chu xi kết xưm ni cá?

– Tất nhiên rồi.

물론이지요.

Mu-lôn-i chi yô.

⌘ TIỆM BÁN THỊT CÁ

정육점, 생선 가게에서

Chơng-yúc-chơm, xeng-xơn ka-kê-ê-xơ

– Tôi định mua thịt. Có thịt tươi không?

고기를 좀 살려고 합니다. 신선한 것이 있습니까?

Kô-ki-rửl chôm xal-liơ-kô ham ni tà. Xin-xơn-han kơ-xi ít xửm ni cá?

– Dạ có. Thịt này mới về sáng nay.

네, 있습니다. 이 고기는 바로 오늘 아침에

도착했습니다.

Nê, ít xửm ni tà. I kô-ki-nửn ba-rô ô-nửl a-shi-mê tô-shác hét xửm ni tà.

– Một cân là bao nhiêu?

일 킬로그램에 얼마입니까?

Il khi-lô-kư-re-mê ơl-ma im ni cá?

– 15 ngàn won, thịt hơi lên so với lần trước.

만 오천 원입니다, 지난번 보다 값이 약간 올랐습니다.

Man ô-shơn won im ni tà, chi-nan-bơn bô-ta káp-xi yác-kan ô-lát xửm ni tà.

– Tôi sẽ mua 2 cân.

이 킬로 그램만 사겠습니다.

I khi-lô kư-rem-man xa kết xửm ni tà.

– Không, cứ đưa cho tôi. Cho tôi phần thịt mềm ấy.
아닙니다, 그냥 주십시오. 연한 것으로 주십시오.

A-nim ni tà, kư-niang chu xíp xi ô. Yơn-han kơ-xư-rô chu xíp xi ô.

– Thịt bò đã thái rồi có được không?
이 썰어 놓은 소고기는 어떻습니까?

I sơ-rơ nô-ưn xuê-kô-ki-nưn ơ-tớt xưm ni cá?

– Chất lượng rất tốt.
품질이 아주 좋습니다.

Phum-chi-ri a-chu chốt xưm ni tà.

– Trông có vẻ ngon quá. Cái này là hàng nhập khẩu ư?
아주 좋게 보이는데. 수입한 것입니까?

A-chu chô-khê bô-i-nưn-tê. Xu-íp-han kơ-xim ni cá?

– Không phải. Nhưng chất lượng như hàng nhập.
아닙니다. 그러나 수입한 물건 만큼이나 훌륭 합니다.

A-nim ni tà. Kư-rơ-na xu-íp-han mul-kơn man-khưm-i-na hul-liung ham ni tà.

– Vậy thì thôi. Tôi không thích thịt nai.
그만 두십시오. 양고기는 좋아하지 않습니다.

Kư-man tu xíp xi ô. Yang-kô-ki-nưn chô-a-ha-chi an xưm ni tà.

– Có bán thịt gà không?

닭고기도 팝니까?

Tác-kô-ki-tô pham ni cá?

– Cái đó không bán, nhưng ở chợ bên kia đường có một vài cửa hàng chuyên bán thịt gà.

그건 팔지 않습니다, 그러나 건너편 시장 안에 닭을

전문으로 취급하는 상점이 두 서너 곳이 있습니다.

Kư-kơn phal-chi an xưm ni tà, kư-rơ-na kơn-nơ-phiơn xi-chang-a-nê tal-kưl chơn-mu-nư-rô shuy-kư-pha-nưn xang-chơ-mi tu xơ-nơ kô-xi ít xưm ni tà.

– Cho tôi xem xúc xích.

소시지 좀 보여 주십시오.

Xô-xi-chi chôm bô-yơ chu xíp xi ô.

– Ông muốn loại nào? Nó có nhiều loại.

어떤것을 원하십니까? 여러 가지가 있습니다.

Ơ-tơn-kơ-xưl wu-ơn ha xim ni cá? Yơ-rơ ka-chi-ka ít xưm ni tà.

– Cho tôi mỗi loại một ít.

각각 조금씩 주십시오.

Kác-kác chô-kưm-sic chu xíp xi ô.

- Tôi định nấu súp thì thịt nào ngon?

수프를 만드는 데는 어떤 고기가 좋겠습니까?

Xu-phư-rưl man-tư-nưn tê-nưn ơ-tơn kô-ki-ka chốt xưm ni cá?

- Có lẽ thịt gà là ngon nhất.

닭고기가 제일 좋을 것같습니다.

Tác kô-ki-ka chê-il chô-ưl kớt kát xưm ni tà.

- Hôm nay có thịt bê không?

오늘 송아지 고기가 있습니까?

Ô-nưl xông-a-chi kô-ki-ka ít xưm ni cá?

- Tôi xin lỗi, hôm nay không có, ngày mai sẽ về. Khi nào về tới tôi sẽ gọi điện thoại.

죄송합니다, 없습니다, 내일은 올겁니다. 도착하는

대로 전화로 알려 드리겠습니다.

Chuê-xông ham ni tà, ớp xưm ni tà, ne-i-rưn ôl kơm ni tà. Tô-shác-ha-nưn te-rô chơn-hoa-rô al-liơ tư-ri kết xưm ni tà.

- Ông ăn món cá hồi đi.

송어를 드셔 보십시오.

Xông-ơ-rưl tư-xiơ bô xíp xi ô.

- Bỏ ruột ra cho tôi.

내장은 잘라내 주십시오.

Ne-chang-ưn chal-la-ne chu xíp xi ô.

– Người Hàn Quốc ăn cá ngừ thế nào?

한국 사람들은 보통 어떻게 다랑어를 먹습니까?

Han-kúc xa-ram-tư-rưn bô-thông ơ-tơ-khê ta-rang-ơ-rưl mớc xưm ni cá?

– Bình thường họ ăn sống, hoặc là trộn gia vị hoặc các loại rau để ăn.

다랑어는 보통 날 것으로 먹습니다, 얇게 썰어서

무채나 겨자채를 곁들여 내놓습니다.

Ta-rang-ơ-nưn bô-thông nal kơ-xư-rô mớc xưm ni tà, yal-kê sơ-rơ-xơ mu-she-na kiơ-cha-she-rưl kiơl-tư-riơ ne-nốt xưm ni tà.

– Cá sống là một trong những món ăn mà người Hàn Quốc rất thích ăn.

생선회는 한국 사람들이 가장 즐겨먹는 음식 중의

하나입니다.

Xeng-xơn-huê-nưn han-kúc xa-ram-tư-ri ka-chang chưl-kiơ-mơng-nưn ưm-xíc chung-ê ha-na im ni tà.

– Cá hồi trong đĩa kia bao nhiêu tiền?

접시에 담긴 이 송어는 얼마입니까?

Chớp-xi-ê tam-kin i xông-ơ-nưn ơl-ma im ni cá?

– Một đĩa 30 ngàn won.

한 접시에 삼만 원입니다.

Han chớp-xi-ê xam man won im ni tà.

– Tôi mua 2 đĩa đầy. Bỏ đầu và vảy đi, có bỏ ruột đi cho tôi không?

두 접시 가득히 사겠습니다. 머리와 지느러미를 떼고,

내장도 빼주시겠습니까?

Tu chớp-xi ka-tư-khi xa kết xưm ni tà. Mơ-ri oa chi-nư-rơ-mi-rưl tê-kô, ne-chang-tô pe-chu-xi kết xưm ni cá?

– Có chứ ạ. Xin hãy đợi một chút để tôi mang cái đựng đến?

그렇게 하죠. 잠깐만 기다리십시오, 담아 가져갈 것을

가지고 오셨습니까?

Kư-rơ-khê ha chiô. Cham-can-man ki-ta-ri xíp xi ô, ta-ma ka-chiơ-kal kơ-xưl ka-chi-kô-ô xiớt xưm ni cá ?

– Bỏ vào trong cái túi nilon này cho tôi. Đánh cả vảy cho tôi chứ?

이 비닐 봉지에 넣어 주십시오. 비늘도 물론 떼어

내셨겠지요?

I bi-nil bông-chi-ê nơ-ơ chu xíp xi ô. Bi-nưl-tô mul-lôn tê-ơ ne xiớt kết chi yố?

– Dạo này ăn hào cũng rất tốt.

요즘 굴을 먹어도 좋습니다.

Yô-chưm ku-rưl mơ-kơ-tô chốt xưm ni tà.

– Ở Hàn Quốc khi nào thì không được ăn hào?

한국에서는 언제 굴 을 먹으면 안됩니까?

Han-ku-kê-xơ-nưn ơn-chê ku-rưl mơ-kư-miơn an tuêm ni cá?

– Những tháng không có chữ " r" thì sẽ không ăn hào.

"r"자가 들어 있지 않은달은 먹지않습니다

"R" cha-ka tư-rơ ít-chi a-nưn ta-rưn mớc-chi an xưm ni tà.

– Tôi hiểu rồi. Ý ông nói là tháng 5 , 6, 7, 8 chứ gì .

알겠습니다. 오월, 유월, 칠월, 팔월을 말하시는군요.

Al kết xưm ni tà. Ô wươl, yúc wươl, shi-rươl, pha-rươ-rưl mal-ha-xi-nưn ku-niô.

– Có thể là ở trong con hào này cũng có ngọc trai.

이 굴 속에 진주가 들어 있는지도 모르겠습니다.

I kul xô-kê chin-chu-ka tư-rơ in-nưn-chi-tô mô-rư kết xưm ni tà.

⌘ CỬA HÀNG BÁN TRÁI CÂY

과일점에서

Koa-il-chơ-mê-xơ

– Tôi định mua mấy trái táo.

사과를 몇 개 사려고 합니다.

Xa-koa-rưl miớt ke xa-riơ-kô ham ni tà.

– Cái này thì thế nào ạ ? Hôm qua mới lấy từ Deagu về nên rất tươi.

이것은 어떻습니까? 바로 어제 대구에서 온 것이기 때문에 아주 싱싱합니다.

I kơ-xưn ơ-tớt xưm ni cá? Ba-rô ơ-chê te-ku-ê-xơ ôn kơ-xi-ki te-mu-nê a-chu xing-xing ham ni tà.

– Rất ngọt và nhiều nước.

아주 달고 물이 많습니다.

A-chu tal-kô mu-ri man xưm ni tà.

– Cái ở đằng kia thì thế nào?

저 쪽에 있는 것은 어떻게 합니까?

Chơ chô-kê in-nưn kơ-xưn ơ-tơ-khê ham ni cá?

– Một trái 800 won.

한 개에 팔백 원입니다.

Han ke-ê phal-béc won im ni tà.

– Còn những trái đằng kia to hơn những trái khác nên 1 ngàn won một trái.

저것들은 다른 것보다 훨씬 크기 때문에 한 개에 천 원입니다.

Chơ kơ-tư-rưn ta-rưn kớt bô-ta hươl-sin khư-ki te-mu-nê han ke-ê shơn won im ni tà.

– Ông còn cần gì nữa không?

그밖에 필요한 것은 없으십니까?

Kư bác-kê phi-riô-han kơ-xưn ớp-xư xim ni cá?

– Đây là những trái quýt đặc biệt lấy từ Jeju về đấy.

제주도에서 직접 부쳐 온 훌륭한 귤이 있습니다.

Chê-chu-tô-ê-xơ chíc-chớp bu-shiơ ôn hul-liung-han kiu-ri ít xưm ni tà.

– Tôi sẽ mua loại 100 won.

백 원 짜리로 사겠습니다.

Béc won cha-ri-rô xa kết xưm ni tà.

– Một cân là bao nhiêu?

일 킬로그램에 얼마입니까?

Il khi-lô-kư-re-mê ơl-ma im ni cá?

– Phải mất 1 tuần nữa mới ăn được.

아직 일주일쯤 더 있어야 먹을 수 있습니다.

A-chíc il-chu-il-chưm tơ ít-xơ-ya mơ-kưl xu ít xưm ni tà.

– Nho này đã chín chưa?

이 포도는 익었습니까?

I phô-tô-nưn i-kớt xưm ni cá?

– Chuối này có lẽ chưa chín.

이 바나나는 덜 익은 것 같습니다.

I ba-na-na-nưn tơl i-kưn kớt kát xưm ni tà.

– Một nải chuối là bao nhiêu?

한 다발에 얼마입니까?

Han ta-ba-rê ơl-ma im ni cá?

– Cho tôi ba nải .

세 다발만 주십시오

Xê ta-bal-man chu xíp xi ô.

– Hai trái này có vẻ là bị hư rồi.

이 두 다발은 상한 것 같습니다.

I tu ta-ba-rưn xang-han kớt kát xưm ni tà.

– Tôi sẽ mua một giỏ trái cây.

과일 한 바구니를 사겠습니다.

Koa-il han ba-ku-ni-rưl xa kết xưm ni tà.

– Tôi muốn mua cam Mỹ.

미국산 오렌지를 좀 사고 싶습니다.

Mi-kúc-xan ô-rên-chi-rưl chôm xa-kô xíp xưm ni tà.

– Cái này bán rất chạy nên cứ 3 ngày là về một lần.

이것은 아주 잘 팔리기 때문에 이, 삼 일마다 새로 들여

와야합니다.

I kơ-xưn a-chu chal phal-li-ki te-mu-nê i, xam il-ma-ta xe-rô tư-riơ oa ya ham ni tà.

– Tùy theo loại từ 1 ngàn won tới 3 ngàn won.

종류에 따라 천 원에서 삼천 원까지 받습니다.

Chông-niu-ê ta-ra shơn wo-nê-xơ xam shơn won-ca-chi bát xưm ni tà.

– Loại cam như thế này một cân là 10 ngàn won, ông là khách quen nên tôi lấy 9 ngàn won.

이런 종류의 오렌지는 일 킬로그램당 만 원입니다만,

당신은 단골 고객이기 때문에 구천 원에 드리겠습니다.

I-rơn chông-niu-ê ô-rên-chi-nưn il khi-lô-kư-rem-tang man won im ni ta-man, tang-xi-nưn ta-kôl-kô-kéc-I-ki te mu-nê ku-shơn wo-nê tư-ri kết xưm ni tà.

– Nó đã chín chưa ạ? Hình như là chưa chín mấy

익었습니까? 아직 좀 덜 익은 것같습니다.

I-kớt xưm ni cá? A-chíc chô tơl i-kưn kớt kát xưm ni tà.

– Cái này phải mất một tuần nữa mới ăn được.

이것은 아직 일주일쯤 더 있어야 먹을 수 있을 것입니다.

I kơ-xưn a-chíc il-chu-il-chưm tơ ít-xơ-ya mơ-kưl xu ít-xưl kơ-xim ni tà.

– Tôi giao hàng đến tận nhà cho ông nhé?

사신 물건을 댁까지 배달해 드릴까요?

Xa-xin mul-kơ-nưl téc-ca-chi be-tal-he tư-ril ca yố?

– Vâng, tôi còn nhiều thứ phải mua lắm.

그렇게 해 주십시오. 아직 살 것이 많이 있으니까요.

Kư-rơ-khê-he chu xíp xi ô. A-chíc xal kơ-xi ma-ni ít-xư ni ca yô.

– Để tôi sẽ bảo người giao hàng ngay.

배달하는 아이를 즉시 보내겠습니다.

Be-tal-ha-nưn a-i-rưl chức-xi bô-ne kết xưm ni tà.

– Ngày mai tôi lại tới.

내일 다시 오겠습니다.

Ne-il ta-xi ô kết xưm ni tà.

⌘ ĐỒ NỘI THẤT

가구점에서

Ka ku chơ-mê-xơ

– Ông muốn tìm loại đồ gỗ nào?

어떤 종류의 가구를 찾으십니까?

Ơ-tơn chông-niu-ê ka-ku-rưl sha-chư xim ni cá?

– Cho tôi xem được không?

좀 보여 주시겠습니까?

Chôm bô-yơ chu xi kết xưm ni cá?

– Ở cửa sổ phòng ngủ thì cần loại đồ nào nhỉ ? Có thể cho tôi một ý kiến được không?

침실 창문에는 어떤 가구가 필요하겠습니까? 뭐가

좋은지 말씀해 주시겠습니까?

Shim xil shang-mu-nê-nưn ơ-tơn ka-ku-ka phi-riô ha kết xưm ni cá? Mươ-ka chô-ưn-chi mal-sưm he chu xi kết xưm ni cá?

– Tốt nhất là nên có giường. Có mấy loại giường đây, rồi bàn trang điểm, kệ, kể cả bàn nữa, tất nhiên là cần cả tủ áo, nếu có trẻ em thì cần cả giường của trẻ em nữa.

무엇 보다도 침대가 필요할 것입니다. 몇 가지 종류의

침대가 있습니다. 또 화장대, 스탠드, 아마 책장도

필요하겠고, 물론 옷장도 있어야 할 것입니다. 애기가

있으시면 유아용 침대도 필요 할 것입니다.

Mu ớt bô-ta-tô shim-te-ka phi-riô-hal kơ-xim ni tà. Miớt ka-chi chông-niu-ê shim-te-ka ít xưm ni tà. tô hoa-chang-te, xư-then-tư, a-ma shec-chang-tô phi-riô-ha-kết-ta-kô, mul-lôn ốt-chang-tô ít-xơ-ya hal kơ-xim ni tà, e-ki-ka ít-xư-xi-miơn yu-a-yông shim-te-tô phi-riô hal kơ-xim ni tà.

– Tôi nghĩ là ở cửa sổ phòng ngủ treo rèm màu xanh nhạt bằng vải silk là tốt nhất.

제 생각으로는 견사로 짠 연초록색 천이 침실 창문에는 좋으리라 생각됩니다.

Chê xeng-ka-kư-rô-nưn kiơn-xa-rô chan yơn-shô-rốc-xéc sơ-ni shim-xil shang-mu-nê-nưn chô-ư-ri-ra xeng-kác tuêm ni tà.

– Tôi cần cả kệ để đồ ăn và đồ nấu ăn nữa.

식사 도구와 식기 등을 넣어 둘 찬장이 필요합니다.

Xíc-xa tô-ku-oa xíc-ki tưng-ưl nơ-ơ tul shan chang-I phi-riô-ham ni tà.

– Cái kệ này có treo gương và có cả ngăn kéo nữa rất đẹp.

여기 아주 멋진 거울과 모양 있는 서랍이 달린 찬장이 있습니다.

Yơ-ki a-chu mớt-chin kơ-ul-koa mô-yang in-nưn xơ-ra-bi tal-lin shan-chang-I ít xưm ni tà.

– Đẹp quá. Nhưng phòng ăn nhà chúng tôi có lẽ là lớn lắm, nên có thể chỉnh thêm một chút nữa thì tốt quá.

매우 멋있군요. 그러나 우리 집 식당에는 너무 클 것 같습니다, 좀 더 조촐한 것이 있었으면 좋겠습니다.

Me-u mớt-xít ku-niô. Kư-rơ-na u-ri chíp xíc-tang-ê-nưn nơ-mu khưl kớt kát xưm ni tà, chôm tơ chô-shul-han kơ-xi ít-xớt-xư-miơn chô kết xưm ni tà.

– Ông thích đồ nội thất bằng inox không?

철제 가구를 좋아 하십니까 ?

Shơl-chê ka-ku-rưl chô-a-ha xim ni cá?

– Không, tôi nghĩ là nó quá khác biệt. Tôi thích cái thông thường hơn.

아닙니다. 제 생각에는 너무 유별나 보이는 것 같습니다.

보통 가구가 더 좋습니다.

A-nim-ni-tà, chê xeng-ka-kê-nưn nơ-muyu-biơl-na bô-i-nưn kớt kát xưm ni tà. Bô-thông ka-ku-ka tơ chốt xưm ni tà.

– Tôi sẽ cho ông xem ghế ngồi và sofa đặc biệt làm bằng tre và gỗ thông.

대나무와 등나무로 만든 훌륭한 소파와 안락 의자를

보여 드리겠습니다.

Te na-mu oa tưng-na-mu-rô man-tưn hul-liung-han xô-pha-oa an-lác ưi-cha-rưl bô-yơ tư-ri kết xưm ni tà.

– Bộ đồ cho phòng khách kể cả gối ôm nữa là 500 ngàn won.

이 거실 세트는 쿠션까지 포함해서 단지 오십만

원입니다.

I kơ-xil xê-thư-nưn khu-xiơn-ca-chi phô-ham-he-xơ tan-chi ô xíp man won im ni tà.

– Giá cũng phải chăng đấy. Nếu tôi mua nhà mới tôi cũng sẽ mua một bộ.

적당한 값입니다. 새 집이 마련되면 한 세트를 주문해야 겠습니다.

Chốc-tang-han káp. im ni tà. Xe chi-bi ma-riơn tuê-miơn han xê-thư-rưl chu-mun-he-ya kết xưm ni tà.

– Tôi muốn mua 1 cái lò sưởi. Có lò sưởi loại tốt không?

난로를 하나 사고 싶습니다. 좋은 난로가 있습니까?

Nan-lô-rưl ha-na xa-kô xíp xưm ni tà. Chô-ưn nan-lô-ka ít xưm ni cá?

– Cái lò sưởi bằng dầu này đốt lửa thế nào?

이 석유 난로는 어떻게 불을 붙입니까?

I xốc-yu nan-lô-nưn ơ-tơ-khê bu-rưl bu-shim ni cá?

– Rất đơn giản. Ông vặn cái bấc này lên rồi châm lửa là được.

아주 간단합니다. 이렇게 심지를 틀어 올려서 불을 붙이면 됩니다.

A-chu kan-tan-ham ni tà. I-rơ-khê xim-chi-rưl thư-rơ ôl-liơ-xơ bu-rưl bu-shi-miơn tuêm ni tà.

– Bao lâu thì phải thay bấc một lần?

얼마만에 심지를 갈아야 합니까?

Ơl-ma-ma-nê xim-chi-rưl ka-ra-ya ham ni cá?

– Một hộp bấc thông thường dùng trong một mùa.
심지 하나로 보통 한 철은 씁니다.
Xim-chi ha-na-rô bô-thông han-shơ-rưn sưm ni tà.

– Không cần phải ấn, bơm cũng được chứ?
펌프를 눌러주지 않아도 됩니까?
Phơm-phư-rưl nu-lơ-chu-chi a-na-tô tuêm ni cá?

– Vâng, nó không liên quan gì đến áp suất không khí đâu.
네, 공기 압력과는 관계가 없습니다.
Nê, kông-ki áp-niớt-koa-nưn koan-kiê-ka ớp xưm ni tà.

– Tôi muốn xem mấy cái khóa chống trộm.
도난 방지용 맹꽁이 자물쇠를 몇 개 구경했으면 합니다.
Tô-nan bang-chi yông meng-công-I cha-mul-xuê-rưl miớt ke ku-kiơng-hét-xư-miơn ham ni tà.

– Có loại khóa mà không có kẻ trộm nào có thể mở được.
어떤 도둑이라도 열기 힘든 특허품 맹꽁이 자물쇠가 있습니다.
Ơ-tơn tô-tu-ki-ra-tô yơl-ki him-tưn thư-khơ-phum meng-công-I cha-mul-xuê-ka ít xưm ni cá?

– Đúng là cái mà tôi cần tìm. Chìa đâu rồi ạ?
제가 바로 찾던 것이군요. 열쇠는 어디 있습니까?
Chê-ka ba-rô shat-tơn kơ-xi-ku-niô. Yơl-xuêl-nưn ơ-ti ít xưm ni cá?

– Nó đây. Nếu bị mất tôi sẽ đưa cho cái khác.
여기 있습니다. 잊어버리시면 다른 것으로
드리겠습니다.

Yơ-ki ít xưm ni tà. I-chơ-bơ-ri-xi-miơn ta-rưn kơ-xư-rô tư-ri kết xưm ni tà.

✿ TIỆM BÁN GIÀY

제화점에서

Chê-hoa-chơ-mê-xơ

– Tôi muốn mua một đôi giày màu đen.
검정색 구두를 한 켤레 사고 싶습니다.

Kơm-chơng-xéc ku-tu-rưl han khiơl-lê xa-kô xíp xưm ni tà.

– Ông muốn đặt làm giày sao? Hay mua giày thành phẩm?
맞춤 구두로 하시겠습니까? 기성화로 하시겠습니까?

Mát-shum ku-tu-rô ha-xi kết xưm ni cá? Ki xơng-hoa-rô ha-xi kết xưm ni cá?

– Chân ông nhỏ quá!
발이 좀 조이는군요!

Ba-ri chôm chô-i-nưm ku-niô!

– Ông đi thử cái này đi.
이 구두를 한번 신어 보십시오.

I ku-tu-rưl han-bơn xi-nơ bô xíp xi ô.

– Đôi giày này đi rất thoải mái đấy.

이 구두가 매우 편하실 겁니다.

I ku-tu-ka me-u phiơn-ha-xil kơm ni tà.

– Nếu đặt thì phải mất bao lâu?

맞추어 신으려면 얼마나 기다려야 합니까?

Mát-shu-ơ xi-nư-riơ-miơn ơl-ma-na ki-ta-ri-ya ham ni cá?

– Khoảng 1 tuần.

약 일 주일이 걸립니다.

Yác il chu-i-ri kơl-lim ni tà.

– Tôi không thể đợi lâu như vậy được. Cho tôi một đôi làm sẵn rồi đi.

그렇게 오랫동안 기다릴 수 가 없습니다. 기성화를 몇 켤레 보여 주십시오.

Kư-rơ-khê ô-rét tông-an ki-ta-ril xu-ka ớp xưm ni tà. Ki-xơng-hoa-rưl miớt khiơl-lê bô-yơ chu xíp xi ô.

– Cái này thì thế nào?

이것들은 어떻습니까?

I kơ-tư-rưn ơ tớt xưm ni cá?

– Trông có vẻ rất đẹp. Để tôi đi thử.

아주 멋진 것 같습니다. 한번 신어 보겠습니다.

A-chu mớt-chin kớt kát xưm ni tà. Han-nơn xi-nơ bô kết xưm ni tà.

– Ông đi thử cái này đi, chúng có đủ cỡ cả.

이것을 신어 보십시오, 여기 구두 주걱이 있습니다.

I kơ-xưl xi-nơ bô xíp xi ô, yơ-ki ku-tu chu-kơ-ki ít xưm ni tà.

– Cái mà giống cái ca-nô kia là giày gì thế?

저 카누같이 생긴 신발은 무엇입니까?

Chơ kha-nu ka-shi xeng-kin xin-ba-rưn mu-ơ-xim ni cá?

– Ông có mua gì nữa không?

또 살 것이 없으십니까?

Tô xal kơ-xi ớp-xư xim ni cá?

– Có, tôi muốn mua một đôi giày cao su đàn ông, chúng nằm ở đâu?

있습니다, 남자용 고무신을 한 켤레 사고 싶습니다.

그것들은 어디 있습니까?

Ít xưm ni tà, nam-cha-yông kô-mu-xi-nưl han khiơl-lê xa-kô xíp xưm ni tà. Kư- kơ-tư-rưn ơ-ti ít xưm ni cá?

– Tôi đi thử có được không?

한번 신어 봐도 좋습니까?

Han-bơn xi-nơ boa-tô chốt xưm ni cá?

– Được chứ, ông đi thử đi. Nó sẽ rất thoải mái đấy.

좋습니다. 신어 보십시오. 아주 편안하실 겁니다.

Chốt xưm ni tà, xi-ni bô xíp xi ô. A-chu phiơn-an-ha-xil kơm ni tà.

– Có cả giày cho phụ nữ chứ?
여자용 구두도 있습니까?
Yơ-cha-yông ku-tu-tô ít xưm ni cá?

– Vâng có. Loại đế thấp hay đế cao?
예, 있습니다. 로우힐로 말입니까, 하이힐로 말입니까?
Yê, ít xưm ni tà. Rô-u-hil-lô mal im ni cá, ha-i-hil-lô mal im ni cá?

– Loại cao.
하이힐 입니다
Ha-i-hil im ni tà.

– Ông muốn màu gì?
무슨 색을 원하십니까?
Mu-xưn xe-kưl wươn ha xim ni cá?

– Cho tôi màu nâu.
갈색으로 하겠습니다.
Kal-xe-kư-rô ha kết xưm ni tà.

– Có cái này hơi nhỏ hơn.
여기 조금 작은 것이 있습니다.
Yơ-ki chô-kưm cha-kưn kơ-xi ít xưm ni tà.

– Chật quá.
너무 조이는군요.
Nơ-mu chô-i-nưn ku-niô.

– Có lẽ cỡ vừa rồi đấy .

아마 이 치수가 적당 할 겁니다.

Ma I shi-xu-ka chóc-tang hal kơm ni tà.

– Đúng vậy, rất vừa . Nếu có số rộng hơn một chút nữa thì thật là tốt .

그렇군요, 하지만 너무 좁습니다. 좀 더 넓은 치수가 있었으면 합니다.

Kư-rơ-khu-niô, ha-chi-man nơ-mu chốp xưm ni tà. Chôm tơ nơl-bưn shi-xu-ka ít-xớt-xư-miơn ham ni tà.

– Cái này thế nào?

이것은 어떻습니까?

I kơ-xưn ơ-tớt xưm ni cá?

– Cái này rất thoải mái. Bao nhiêu ạ?

이것이 아주 편안하군요. 얼마입니까?

I kơ-xi a-chu phiơn-an ha ku-niô. Ơl-ma im ni cá?

– 7 ngàn won. Giá giảm đặc biệt cho người nước ngoài đấy.

칠천 원입니다. 외국인 고객들에게 드리는 특별 할인입니다.

Shil-shơn won im ni tà. Uê-kúc-kin kô-kéc-tư-rê-kê tư-ri-nưn thức-biơl ha-rin im ni tà.

– Xin cảm ơn. Tôi sẽ mua cái này.

감사합니다. 이걸 사겠습니다.

Kam-xa-ham ni tà. I kơl xa kết xưm ni tà.

⌘ CỬA HÀNG BÁN ĐỒ DA   피혁상에서

Phi hiốc-xang-ê-xơ

– Tôi muốn mua một cái cặp đựng tài liệu.

서류 가방을 하나 사고 싶습니다.

Xơ-riu ka-bang-ưl ha-na ca-kô xíp xưm ni tà.

– Ông mua cái lớn hay cái mua cái thường?

큰 것으로 사시겠습니까, 아니면 중간치로 사시 겠 습 니 까?

Khưn kơ-xư-rô xa-xi kết xưm ni cá, a-ni-miơn chung-kan-shi-rô xa-xi kết xưm ni cá?

– Tôi muốn mua cái không phải gấp tài liệu mà vẫn cho vào được.

보통 편지 크기의 서류를 접지 않고 넣을 수 있는 것을 사고 싶습니다.

Bô-thông phiơn-chi khư-ki-ê xơ-riu-rưl chớp-chi an-khô nơ-rưl xu in-nin kơ-xưl xa-kô xíp xưm ni tà.

– Đây là loại làm bằng da cá sấu rất tốt đấy.

여기 악어 가죽으로 만든 아주 훌륭한 것이 있습니다.

Yơ-ki a-kơ ka-chu-kư-rô man-tưn a-chu hul-liung-han kơ-xi ít xưm ni tà.

– Được đấy. Bao nhiêu ạ?

괜찮은 것같습니다. 얼마입니까?

Koen-sha-nưn kớt kát xưm ni ta. Ơl-ma im ni cá?

– Ông cũng biết đấy là da cá sấu đắt hơn gấp 10 lần loại da khác, cái này 300 ngàn won.

이미 잘 아시겠지만, 악어 가죽은 보통 가죽보다 열 배 가량 값이 비쌉니다. 이것은 삼 십만 원입니다.

i-mi chal a-xi- kết chi-man, a-kơ ka-chu-kưn bô-thông ka-chúc bô-ta yơl be ka-riang káp-xi bi-sam ni tà, i-kơ-xưn xam xíp man won im ni tà.

– Mắc thật đấy. Tôi không mua được cái giá xa xỉ ấy.

엄청난 값이군요. 그렇게 사치한 것은 살 수가 없습니다.

Ơm-shơng nan kap-xi ku-niô. Kư-rơ-khê xa-shi-han kơ-xưn xal xu-ka ớp xưm ni tà.

– Có cái nào rẻ hơn làm bằng da thường không?

보통 가죽으로 만든 좀 더 싼 것은 없습니까?

Bô-thông ka-chu-kư-rô man-tưn chôm tơ san kơ-xưn ớp xưm ni cá?

– Vâng, có ạ. Chúng tôi đang bắt đầu cho ra loại cặp tài liệu theo mẫu mới. Cái này thế nào?

예, 있습니다. 우린 이제 처음으로 이 새 모양의 서류 가방을 시장에 내놓기 시작했습니다. 이것은 어떻습니 까?

Yê, ít xưm ni tà. U-rin i-chê shơ-ư-mư-rô I xe mô-yang-ê xơ-riu ka-bang-ưl xi-chang-ê ne-nô-khi xi-chác-hét xưm ni tà.

– Đây là thuốc để lau, tôi tặng luôn đấy. Một tuần một lần, ông bôi thuốc lên rồi đánh nó đi thì nhìn cái cặp sẽ rất bóng.

여기 닦는 약이 있는데 그냥 한 통 드리겠습니다.

일주일 마다 조금씩 약을 바르고, 헝겊 조각으로

문지르십시오. 그러면 아주 가방이 윤이 날 것입니다.

Yơ-ki tác-nưn ya-ki in-nưn-tê kư-niang han thông tư-ri kết xưm ni tà. Il-chu-il ma-ta chô-kưm-síc ya-kưl ba-rư-kô, hơng-kớp chô-ka-kư-rô mun-chi-rư xíp xi ô. Kư-rơ-miơn a-chu ka-bang-I yu-ni nal kơ xim ni tà.

– Tôi sẽ giảm giá đặc biệt 5 % cho ông.

오 퍼센트 특별 할인을 해 드리겠습니다

Ô phơ-xên-thư thức-biơl ha-ri-nưl he tư-ri kết xưm ni tà.

– Giá cả sẽ khác đi tùy theo loại da.

값은 가죽의 질에 달렸습니다.

Káp-xưn ka-chu-kê chi-rê tal-liớt xưm ni tà.

– Cái này làm bằng da thật đấy, cái kia làm bằng ni-lông.

이것은 진짜 가죽으로 만들어졌고, 저것은 비닐로

만들어져 있습니다.

I-kơ-xưn chin-cha ka-chu-kư-rô man-tư-rơ chiớt-kô, chơ-kơ-xưn bi-nil-lô man-tư-rơ chiơ ít xưm ni tà.

– Tôi muốn xem cái vali.

트렁크 좀 구경하고 싶습니다.

Thư-rơng-khư chôm ku-kiơng-ha-kô xíp xưm ni tà.

– Ông định mua cái vali loại nào? Vali làm bằng da và công đoạn làm của nó khác nhau sẽ làm cho giá cả khác nhau.

어떤 종류의 트렁크를 사실려고 하십니까? 가죽의 질과 트렁크가 만들어진 공정에 따라 값이 틀립니다.

Ơ-tơn chông-niu-ê thư-rơng-khư-rưl xa-xil-liơ-kô ha xim ni cá? Ka-chu-kê chil koa thư-rơng-khư-ka man-tư-rơ-chin kông-chơng-ê ta-ra káp-xi thưl-lim ni tà.

– Tôi muốn mua cái to mà màu không đẹp lắm.

저 큰 것을 사고 싶은데, 색깔이 좋지 않습니다.

Chơ khưn kơ-xưl xa-kô xi-phưn-tê, xéc-ca-ri chô-chi an xưm ni tà.

– Cùng một loại mẫu nhưng có màu khác nhau. Màu đen thế nào ạ?

똑 같은 모양의 색깔이 다른 것이 있습니다. 검정색은 어 떻습니까?

Tốc ka-thưn mô-yang-ê xéc-ca-ri ta-rưn kơ-xi ít xưm ni tà. Kơm-chơng-xe-kưn ơ-tớt xưm ni cá?

– Màu đen thì tốt quá. Cái vali này mở thế nào?

검정 색깔이 아주 좋겠습니다. 이 트렁크는 어떻게

엽니까?

Kơm-chơngxéc-ca-ri a-chu chô kết xưm ni tà. I thư-rơng-khư-nưn ơ-tơ-khê yơm ni cá?

– Khi đóng thì làm thế nào?

닫을 때는 어떻게 합니까?

Ta-tưl te-nưn ơ-tơ-khê ham ni cá?

– Ông nhấn lại cái nút rồi đóng khóa tự động là được.

단추를 다시 누르고 자물쇠를 잠그시면 됩니다.

Tan-shu-rưl ta-xi nu-rư-kô cha-mul-xuê-rưl cham-kư-xi-mơn tuêm ni tà.

– Cái hộp màu đỏ kia làm bằng da nhân tạo phải không?

저 붉은색의 트렁크는 인조 가죽으로 만들었습니다

Chơ bul-kưn xe-kê thư-rơng-khư-nưn in-chô ka-chu-kư-rô man-tư-rớt xưm ni tà.

– Cái cặp này đựng được nhiều không?

이 가방은 많이 들어 갑니까?

I ka-bang-ưn ma-ni tư-rơ kam ni cá?

– Tất nhiên rồi ạ, ông biết đấy, cái đáy của nó có thể gấp vào mở ra.

물론이죠, 아시다시피 밑바닥이 펴졌다 좁혀졌다 합니다.

Mul-lô-ni ch-iô, a-xi-ta-xi-phi mít ba-ta-ki phiơ-chiớt-ta chô-phiơ-chiớt-ta ham ni tà.

– Có ví không ạ? Tôi cần mua ví.

지갑도 있습니까? 지갑도 필요 한데요.

Chi-káp-tô ít xưm ni cá? Chi-káp-tô phi-riô han-tê-yô.

– Đây là loại ví đang rất được ưa chuộng đấy, không cần phải gấp tiền lại mà vẫn có thể cho vào được.

여기 매우 유행하는 지갑이 있습니다, 모든 지폐를 접지 않고 넣을 수 있습니다.

Yơ-ki me-u yu-heng-ha-nưn chi-ka-bi ít xưm ni tà, mô-tưn chi-phiê-rưl chớp-chi an-khô nơ-ưl xu ít xưm ni tà.

– Ông quả là người khéo lựa chọn .

아주 잘 사셨다고 생각합니다.

Chu chal xa-xiớt-ta-kô xeng-kác ham ni tà.

⌘ CỬA HÀNG VÀNG BẠC

보석상에서

Bô-xốc-xang-ê-xơ

– Tôi là chủ cửa hàng này. Anh chị mua gì ạ?

이 상점의 지배인입니다. 무엇을 사시겠습니까?

I xang-chơ-mê chi-be-in im ni tà. Mu-ơ-xưl xa-xi kết xưm ni cá?

– Tôi muốn mua vòng cổ ngọc trai.

진주 목걸이를 구경하고 싶습니다.

Chin-chu mốc-kơ-ri-rưl ku-kiơng-ha-kô xíp xưm ni tà.

– Ông có muốn xem ngọc trai thiên nhiên hay là ngọc trai nuôi? Có 2 loại.

천연 진주를 보시겠습니까, 양식 진주를 보시겠습니까?

두 가지 모두 구비되어 있습니다.

Shơ-niơn chin-chu-rưl bô-xi kết xưm ni cá, yang-xíc chin-chu-rưl bô-xi kết xưm ni cá? Tu ka-chi mô-tu ku-bi-tuê-ơ ít xưm ni tà.

– Cái nào thì bán chạy hơn?

어떤 것이 더 나갑니까?

Ơ-tơn kơ-xi tơ na-kam ni cá?

– Tất nhiên là ngọc trai thiên nhiên rồi, nhưng thật ra ngọc trai nuôi thì màu sắc và độ bóng của nó cũng không kém đâu.

물론 천연 진주입니다, 그러나 실제로 양식 진주도 광택이나 아름다움이 뚝같습니다.

Mu-lơn sơ-niơn chin-chu im ni tà, kư-rơ-na xil-chê-rô yang-xíc chin-chu-tô koang-the-ki-na a-rưm-ta u-mi tốc kát xưm ni tà.

– Cái vòng ngọc trai trên giá kia là bao nhiêu?

여기 진열된 이 진주 목걸이는 얼마나 합니까?

Yơ-ki chin-yơl-tuên I chin-chu môc-kơ-ri-nưn ơl-ma-na ham ni cá?

– Màu sắc và cỡ giống nhau, nhưng chúng tôi đã dùng 50 hột rồi nên mắc hơn, 1 triệu won.

색깔과 크기가 뚝 같은 진주만 오십 개를 썼기 때문에 값이 좀 비쌉니다, 백만 원입니다.

Xéc-cal-koa khư-ki-ka tốc ka-thưn chin-chu-man ô xíp ke-rưl sớt-ki te-mu-nê káp-xi chom bi-sam ni tà, béc-man won im ni tà.

– Cũng có nhiều cái rẻ hơn. Ví dụ như cái này rẻ chỉ bằng nửa cái vừa rồi thôi.

값이 좀 싼 것도 많이 있습니다. 예를 들어, 여기 있는 이 목걸이는 먼저 것의 반 값 밖에 안됩니다.

Káp-xi chôm san kơ-tô ma-ni ít xưm ni tà. Yê-rưl tư-rơ, yơ-ki in-nưn mơn-chơ kơ-xê ban káp bác-kê an tuêm ni tà.

– Vâng, có. Có cả những loại vòng ngọc trai chỉ có 300 ngàn won, nhưng tôi không muốn khuyên ông mua .

예, 있습니다. 삼 십만 원 정도로 싼 목걸이도

있습니다만, 권해 드리고 싶지 않습니다.

Yê, ít xưm ni tà. Xam xíp man won chơng-tô-rô san mốc-kơ-ri-tô ít xưm ni-ta-man, kươn-he tư-ri-kô xíp-chi an xưm ni tà.

– Có những cái khác không?

다른 것이 또 있습니까?

Ta-rưn kơ-xi tô ít xưm ni cá?

– Cái trâm này thì thế nào? Đây là hàng rất đẹp đấy.

브로치는 어떻습니까? 아주 훌륭한 물건이 있습니다.

Bư-rô-shi-nưn ơ-tớt xưm ni cá? A-chu hul-liung-han mul-kơ-ni ít xưm ni tà.

– Đây là đá quý gì vậy?

이것은 무슨 보석입니까?

I kơ-xưn mu-xưn bô-xớc im ni cá?

– Là kim cương . Nó rất đẹp phải không? Trâm cài này thật sự là tác phẩm nghệ thuật độc đáo.

다이아몬드입니다. 매우 아름답지 않습니까? 이 브로치

야말로 정말 훌륭한 예술품입니다.

Ta-i-a-môn-tư im ni tà. Ne-u a-rưm-táp-chi an xưm ni cá? I bư-rô-shi-ya-mal-lôchơng-mal hul-liung-han yê-xul-phum im ni tà.

– Cái này thì thế nào ạ? Thiết kế theo hình con bướm bằng
vàng, gắn thêm cả ruby nữa. Rất đặc biệt đấy ạ.

이것은 어떻습니까? 금으로 나비 모양을 디자인해서

루비를 박은 것입니다. 아주 특히한 것입니다.

*I kơ-xưn ơ-tớt xưm ni cá? Kư-mư-rô na-bi mô-yang-ưl ta-
cha-in-he-xơ ru-bi-rưl ba-kưn kơ xim ni tà. A-chu thư-khi-
han kơ-xim ni tà.*

– Nếu chỉ là cái trâm thì giá mắc quá.
브로치 값 치고는 너무 비쌉니다.
Bư-rô-shi káp shi-kô-nưn nơ-mu bi-sam ni tà.

– Tuy Ruby là đá mắc nhưng nó lại có giá trị.
하지만 루비가 보석 중에서도 가장 값 비싼

귀중품이라는 것을 아셔야 합니다.

*Ha-chi-man ru-bi-kabô-xớc chung-ê-xơ-tô ka-chang káp
bi-san kuy chung-phu-mi-ra-nưn kơ-xưl a-xiơ-ya ham ni tà.*

– Cái vòng tay thì thế nào? Cái vòng bạc này đắp thêm
saphia và elamet nên bán rất chạy.

팔찌는 어떻습니까? 이 은팔찌는 사파이어와

에메랄드를 박은 것인데 제일 잘 팔립니다.

*Phal-chi-nưn ơ-tớt xưm ni cá? I ưn-phal-chi-nưn xa-pha-i-
ơ-oa ê-mê-fal-tư-rưl ba-kưn kớt-in tê chê-il chal phal-lim
ni tà.*

– Nó có quá số tiền mà tôi muốn mua không?

제가 살 수 있는 액수를 넘는게 아닙니까?

Chê-ka xal xu in-nưn éc-xu-rưl nơm-nưn-kê a-nim ni cá?

– Chắc chắn nó là đá quý chứ?

진짜 보석임에는 틀림이 없겠죠?

Chin-cha bô-xốc-i-mê-nưn thưl-li-mi ớp kết chi yố?

– Để tôi suy nghĩ thêm. Tôi sẽ đeo thử xem.

좀 생각을 해 보겠습니다. 한번 끼워 보겠습니다.

Chôm xeng-ka-kưl he bô kết xưm ni tà. Han-nơn ci-ơ bô kết xưm ni tà.

– Có cái hộp tốt nào đựng cái này không?

이것을 넣을 좋은 상자가 있습니까?

I kơ-xưl nơ-ưl chô-ưn xang-cha-ka ít xưm ni cá?

– Có. Đây là loại hộp làm bằng da đan nhung rất đẹp đấy.

있습니다. 이 벨벳 줄이 든 아름다운 가죽 상자를 함께 드립니다.

Ít xưm ni tà. I bêl-bết chu-ri tưn a-rưm-ta-un ka-chúc xang-cha-rưl ham-cê tư-tim ni tà.

⌘ TIỆM BÁN ĐĨA

레코드상에서

Rê-khô-tư-xang-ê-xơ

- Anh có danh sách những đĩa nhạc mới nhất không?
  최근의 히트 송 리스트가 있습니까?
  Shuê kư-nê hi-thu xông ri-xư-thư-ka ít xưm ni cá?

- Vâng, có nhiều loại đây.
  예, 여러 가지가 있습니다.
  Yê, yơ-rơ ka-chi-ka ít xưm ni tà.

- Tôi định mua một cái đĩa có nhạc truyền thống Hàn Quốc.
  한국 민요 레코드를 한 장 사려고 합니다.
  Han-kúc mi-niô rê-khô-tư-rưl han chang xa-liơ-kô ham ni tà.

- Ông muốn cái nào? Ở đây có mấy cái đây.
  어느 것을 원하십니까? 여기 몇 가지가 있습니다.
  Ơ-nư kơ-xưl wuơn-ha xim ni cá? Yơ-ki miớt ka-chi-ka ít xưm ni tà.

- Tôi muốn cái đĩa Arirang.
  아리랑을 원합니다.
  A-ri-rang-ưl wuơn ham ni tà.

– Cái đó chính là cái này. Mặt trước đĩa Arirang là nhạc minyo và chinto, mặt sau có hình hoa kim giáp và tập hợp những bài hát dân ca khác.

이것이 바로 그것입니다. 앞면에는 밀양 아리랑과 진도 아리랑이 있고, 뒷면에는 도라지와 다른 한 가지 민요가 수록되어 있습니다.

I kơ-xi ba-rô kư kơ-xim ni tà. Áp-miơn-ê-nưn mil-yang a-ri-rang-koa chin-tô a-ri-rang-I ít-kô, tuýt-miơn-ê-nưn tô-ra-chi-oa ta-rưn han ka-chi mi-niô-ka xu-rốc-tuê-ơ ít xưm ni tà.

– Có đĩa tiếng chuông cổ điển của Hàn Quốc không?

한국 고전인 판소리 레코드가 있습니까?

Han-kúc kô-chơn-in phan-xô-ri rê-khô-tư-ka ít xưm ni cá?

– Tôi xin lỗi, chúng được bán hết rồi.

미안합니다, 모두 팔렸습니다.

Mi-an ham ni tà, mô-tu phal-liớt xưm ni tà.

– Có thể tìm cho tôi một cái được không?

하나 구해 주시겠습니까?

Ha-na ku-he chu-xi kết xưm ni cá?

– Vâng, tôi sẽ tìm cho ông.

예, 구해 드릴 수 있습니다.

Yê, ku-he tư-rưl xu ít xưm ni tà.

– Khi nào thì được?

언제쯤 될까요?

Ơn-chê-chưm tuêl ca yố?

– Khoảng 1 tuần.

약 일 주일 내에 되겠습니다.

Yác il chu-il ne-ê tuê kết xưm ni tà.

– Nhạc jazz chỉ nổi một thời rồi biến mất nhưng nhạc cổ điển thì mãi mãi không bao giờ biến mất.

재즈 음악은 한때 유행하다 사라지지만, 훌룽한 고전 음악은 늘 한결 같아서 영원히 사라지지 않습니다.

Che-chư ưm-a-kưn han-te yu-heng-ha-ta xa-ra-chi-chi-man, hul-liung-han kô-chơn ưm-a-kưn nưl han-kiơl ka-tha-xơ yơng-wươn-hi xa-ra-chi-chi an xưm ni tà.

– Tôi không có cái đĩa ấy.

제가 찾고 있는 레코드는 없군요.

Chê-ka shát-kô in-nưn rê-khô-tư-nưn ớp ku-niô.

– Tôi sẽ mua đĩa và cả sách bài hát nữa.

악보와 레코드를 함께 사겠습니다.

Ác-bô-oa rê-khô-tư-rưl ham-cê xa kết xưm ni tà.

– Dạo này hitsong nhiều quá.

최근의 히트송이 광장히 많습니다.

Shuê-kư-nê hi-thư-xông-I koang-chang-hi man xưm ni tà.

– Đấy là đĩa của một trong những ca sĩ nổi tiếng nhất Hàn Quốc, ca sĩ Lee Nan Yong.

그것은 한국에서 가장 유명한 여자 가수의 한 사람인

이난영 씨가 불렀습니다.

Kư-kơ-xưn han-ku-kê-xơ ka-chang yu-miơng-han yơ-cha ka-xu-ê han xa-ram-in i-nan-yơng si-ka bu-liớt xưm ni tà.

– Đĩa là tôi muốn tìm là dân ca của Mỹ mang đậm tính tình cảm có tên là như blackjo ...

제가 찾고 있는 노래는 올드 블랙 죠라고 하는

감상적인 미국 민요입니다...

Chê-ka shát-kô in-nưn nô-re-nưn ôl-tư-bưl-léc-chiô-ra-kô ha-nưn kam-xang-chơ-kin mi-kúc mi-niô im ni tà ...

– Tôi nghĩ là những cái đó có hết, tôi sẽ tìm trong mục lục.

그것이 있다고 생각합니다, 목록에서 찾아보겠습니다.

Kư kơ-xi ít-ta-kô xeng-kác ham ni tà, mốc-rô-kê-xơ sha-cha-bô kết xưm ni tà.

– Tôi đã nhập về đĩa nhạc giao hưởng rất nổi tiếng. Tôi sẽ bật cho ông nghe thử mấy đoạn .

훌륭한 교향곡 레코드를 새로 입하했습니다. 당신에게 몇 곡 틀어 드리겠습니다.

Hul-liung-han kiô-hiang-kốc rê-khô-tư-rưl xe-rô íp ha hét xưm ni tà. Tang-xi-nê-kê miớt kốc thư-rơ tư-ri kết xưm ni tà.

– Xin cảm ơn.

대단히 고맙습니다.

Te-tan-hi kô-máp xưm ni tà.

⌘ CỬA HÀNG BÁN ĐỒ LƯU NIỆM

기념품 상점에서

Ki-niơm-phum xang-chơm-mê-xơ

– Ông muốn xem gì ạ?

무엇을 보여 드릴까요?

Mu-ơ-xưl bô-yơ tư-ril ka yố?

– Tôi muốn xem búp bê của Hàn Quốc.

전형적인 한국 인형을 좀 보여 주십시오.

Chơn-hiơng-chơ-kin han-kúc in-hiơng-ưl chôm bô-yơ chu xíp xi ô.

– Có nhiều loại đây. Cái này rất được ưa chuộng, nó được gọi là Junhyang là nhân vật tiểu thuyết tình yêu nổi tiếng trong lịch sử Hàn Quốc đấy.

여러 가지가 있습니다. 이것이 아주 인기가 있습니다,

춘향이 라는 건데 전설적인 한국 애정 소설의 여

주인공입니다.

Yơ-rơ ka-chi-ka ít xưm ni tà. I kơ-xi a-chu in-ki-ka ít xưm ni tà, shun-hiang-I-ra-nưn kơn-tê chơn-xơl-chơ-kin han-kúc e-chơng xô-xơ-rê yơ chu-in-kông im ni tà.

– Nó là con búp bê trông rất rực rỡ đáng yêu và quyến rũ đấy!

어머나! 참으로 우아하고, 섬세하고, 매력적인

인형입니다.

Ơ-mơ-na! sha-mư-rô u-a-ha-kô, xơm-xê-ha-kô, me-riớt-chơ-kin in-hiơng im ni tà.

– Thật là đẹp quá!

정말 훌륭합니다!

Chơng-mal hul-liung ham ni tà!

– Có thể gói con búp bê này và gửi sang Mỹ cho tôi được không?

그 인형을 포장해서 미국으로 보내줄 수 있습니까 ?

Kư in-hiơng-ưl phô-chang-he-xơ mi-ku-kư-rô bô-ne-chul xu ít xưm ni cá?

– Tất nhiên rồi, nhưng tiền gửi tính riêng.

그럼요, 그러나 우편료는 별도입니다.

Kư-rơ-miô, kư-rơ-na u-phiơn-liô-nưn biơl-tô im ni tà.

– Tôi sẽ mua con búp bê ấy. Gửi theo địa chỉ này cho tôi.

그 인형을 사겠습니다. 그걸 이 주소로 부쳐 주십시오.

Kư in-hiơng-ưl xa kết xưm ni tà. Kư-kơl I-chu-xô-rô bu-shiơ chu xíp xi ồ.

– Cái vò thuốc này làm bằng gì vậy? Có phải làm bằng nhựa không?

이 담배갑은 무엇으로 만든 것 입니까? 풀라스틱 같은 것으로 만든것은   아닙니까?

I tam-be-ka-bưn mu-ơ-xư-rô man-tưn kơ-xim ni cá? Phư-la-xư-thíc ka-thưn kơ-xư-rô man-tưn-kơ-xưn a-nim ni cá ?

– Có thể khắc tên lên đó được không ?
그 위에 새길 수 있습니까?
Ne, i-rư-mưl kư uy-ê xe-kil xu ít xưm ni tà?

– Tất nhiên rồi. Không hết 1 tiếng đồng hồ đâu.
그럼요. 한 시간 정도 밖에 걸리지 않습니다.
Kư rơ-miô. Han xi-kan chơng-tô bác-kê kơl-li-chi an xưm ni tà.

– Giá bao nhiêu tiền?
그거 값은 얼마입니까?
Kư-kơ káp-xưn ơl-ma im ni cá?

– 30 ngàn won, và khắc tên hết 1 ngàn won.
삼만 원 하고, 이름 새기는 데 천 원입니다.
Xam-man won ha-kôk, i-rưm xe-ki-nưn tê shơn won im ni tà.

– Có giảm giá không?
할인 할 수 없습니까?
Ha-rin hal xu ớp xưm ni cá?

– Tôi đã bán rẻ rồi nên không bớt cho được nữa, ông cũng đã mua nhiều hàng khác nên tôi sẽ giảm trong phiếu tính tiền cho ông 10 %.
이미 값을 아주 싸게 먹여놔서 에누리를 할 수
없습니다만, 다른 물건을 많이 사셨으니 정가표에서 십
퍼센트 감해 드리겠습니다.
I-mi káp-xưl a-chu sa-kê mơ-kiơ noa-xơ ê-nu-ri-rưl hal xu ớp xưm ni ta man, ta-rưn mul-kơ-nưl ma-ni xa-xiớt-xư-ni chơng-ka-phiô-ê-xơ xíp phơ-xên-thư kam-he tư-ri kết xưm ni tà.

– Cái thìa bạc này bao nhiêu?

이 은수저는 얼마입니까?

I ưn-xu-chơ-nưn ơl-ma im ni cá?

– Cái kia là 20 ngàn won, cái này là 25 ngàn won.

저것은 이만 원이고, 이것은 이만 오천 원입니다.

Chơ-kơ-xưn I man won i-kô, I-kơ-xưn I man ô shơn won im ni tà.

– Sao giá cả lại khác nhau như vậy?

왜 값이 다릅니까?

Woe káp-xi ta-rưm ni cá?

– Cái giá mắc hơn thì chất lượng tốt hơn.

값이 비싼 것은 더 좋은 품질입니다.

Káp-xi bi-san kơ-xưn tơ chô-ưn phum chil im ni tà.

– Cái đĩa gốm này dùng để làm gì?

이 칠기 접시는 무엇에 사용합니까?

I shil-ki chớp-xi-nưn mu-ơ-xê xa-yông ham ni cá?

– Ở Hàn Quốc người ta thường dùng để mời bánh hoặc bánh ngọt.

한국에서는 과자나 빵을 대접하는데 사용합니다.

Han-ku-kê-xơ-nưn koa-cha-na pang-ưl te-chớp-ha-nưn-tê xa-yông ham ni tà.

– Nó có phù hợp là món quà tôi gửi cho bạn tôi ở Mỹ không?

미국에 있는 친구에게 보낼 기념품으로

적당하겠습니까?

Mi-ku-kê in-nưn shin-ku-ê-kê bô-nel ki-niơm-phu-mư-rô chơc1-tang ha kết xưm ni cá?

– Tất nhiên là được ạ. Nó là một trong những đồ kỷ niệm rất được ưa chuộng đấy, đồ gốm của Hàn Quốc rất nổi tiếng.

그러믄요. 그건 아주 인기있는 기념품 중의 하나입니다,

한국은 칠기로 유명합니다.

Kư-rơ-mư-niô. Kư-kơn a-chu in-ki in-nưn ki-niơm-phum chung-ê ha-na im ni tà, han-ku-kưn shil-ki-rô yu-miơng ham ni tà.

– Để tôi sẽ gói và gửi cho ông.

그것을 포장해서 부쳐 드리겠습니다.

Kư-kơ-xưl phô-chang-he-xơ bu-shiơ tư-ri kết xưm ni tà.

– Đồ chơi nào có thể làm quà cho trẻ em thôi nôi?

첫 돌 된 아기에게 줄 선물로 어떤 장난감이

좋겠습니까?

Shớt tôl tuên a-ki-ê-kê chul xơn-mu-lô ơ-tơn chang-nan-ka-mi chô kết xưm ni cá?

– Cái đồ treo này sẽ rất hợp.

딸랑이가 제일 좋을 것 같습니다.

Tal-lang-I-ka chê-il chô-ưl kớt kát xưm ni tà.

– Cái đồ chơi nào thì mang tính giáo dục tốt vậy?

그리고 교육적 가치가 있는 장난감으로는 어떤 것이

좋겠습니까?

Kư-ri-kô kiô-yúc-chớc ka-shi-ka in-nưn chang-nan-ka-mư-rơ-nưn ơ-tơn kơ-xi chô kết xưm ni cá?

– Cái tấm gỗ có khắc chữ alphabet, nó rất tốt để chúng ta dạy chữ sớm cho trẻ em.

한글 모음, 자음글자가 쓰여진 이 나무토막이 어린아이

들에게 일찍 글자를 가르치는데 도움이 될 것 입니다.

Han-kưl mô-ưm, cha-ưm kưl-cha-ka sư-yơ-chin I na-mu-thô-ma-ki ơ-rin-a-i-tư-rê-kê il-chíc kưl-cha-rưl ka-rư-shi-nưn-tê tô-u-mi tuêl kơ-xim ni tà.

– Búp bê được làm ở Hàn Quốc thường rất thật.

한국에서 만든 대부분의 인형은 한국 고유의

인형입니다.

Han-ku-kê-xơ ma-tưn te-bu-bu-nê in-hiơng-ưn han-kúc kô-yu-ê in-hiơng im ni tà.

– Chúng tôi có rất nhiều loại búp bê khác nhau.

우리는 여러 가지 인형을 모두 갖춰 놓고 있습니다.

U-ri-nưn yơ-rơ ka-chi in-hiơng-ưl mô-tu kát-shươ nô-khô ít xưm ni tà.

– Nó là đồ chơi giống như ông nói.

당신께서 말씀하신 것과 거의 똑 같은 장난감입니다.

Tang-xin-cê-xơ mao-sưm-ha-xin kớt-koa kơ-ưi tốc ka-thưn chang-nan-kam im ni tà.

⌘ CỬA HÀNG BÁN MÁY ẢNH

카메라 상점에서

Kha-mê-ra xang-chơ-mê-xơ

– Ông cần gì ạ?

어떻게 오셨습니까?

Ơ-tơ-khê ô xiớt xưm ni cá?

– Tôi đang xem máy ảnh.

카메라를 좀 구경하고 싶습니다.

Kha-mê-ra-rưl chôm ku-kiơng-ha-kô xíp xưm ni tà.

– Ông muốn loại nào?

어떤 종류를 원하십니까?

Ơ-tơn chông-ṇiu-rưl wươn ha xim ni cá?

– Tôi muốn loại sử dụng đơn giản.

사용하기 간단한 것으로 원합니다.

Xa-yông-ha-ki kan-tan-han kơ-xư-rô won ham ni tà.

– Cái này được bảo hành một năm. Chúng tôi đang nhập các loại máy chụp hình của các hãng sản xuất nổi tiếng trên thế giới.

이 카메라는 일 년 동안 보중합니다. 우리는 세계 유수의 제조업자에게서 카메라를 수입하고 있습니다.

I kha-mê-ra-nưn il-liơn tông-an bô-chưng ham ni tà. U-ri-nưn xê-kiê yu-xu-ê chê-chô-ớp-cha-ê-kê-xơ kha-mê-ra-rưl xu-íp-ha-kô ít xưm ni tà.

– Có bản hướng dẫn sử dụng không?

사용법 설명서 있습니까?

Xa-yông-bớp xơl-miơng-xơ ít xưm ni cá?

– Hộp đi kèm theo máy luôn.

케이스는 카메라에 따라옵니다.

Khê-i-xư-nưn kha-mê-ra-ê ta-ra-ôm ni tà.

– Đúng vậy. Đây là cái hộp của cái máy này.

그렇습니다. 이것이 그 카메라의 케이스입니다.

Kư-rớt xưm ni tà. I kơ-xi kư kha-mê-ra-ê khê-i-xư im ni tà.

– Cho tôi cả một cuộn phim đen trắng nữa.

흑백 필름도 한 통 주십시오.

Hức-béc phil-lưm-tô han thông chu xíp xi ô.

– Cho tôi một cuộn phim màu 45mm. Vậy thì cho tôi phim Kodak đi.

삼 십오 밀리 컬러 필름 한 통만 주십시오.이왕이면

코닥 필름으로 주십시오.

Xam xíp ô mil-li khơl-lơ phil-lưm han thông-man chu xíp xi ô. I oang-i-miơn khô-tác phil-lư-mư-rô chu xíp xi ô.

– Làm lại cái phim màu thiên nhiên cho tôi rồi làm slide cho tôi nhé.

이 천연색 필름을 현상해서 슬라이드로 만들어

주십시오.

I shơn-yơn-xéc phil-lư-mứl hiơn-xang-he-xơ xứl-la-i-tư-rô man-tư-rơ chu xíp xi ô.

– Làm size cabinet cho tôi.

캐비닛 크기로 확대해 주십시오.

Khe-bi-nít khư-ki-rô hoác-te-he chu xíp xi ô.

– Ông muốn rửa loại giấy nào?

어떤 인화지를 사용할까요?

Ơ-tơn in-hoa-chi-rứl xa-yông hal ca yố?

– Ông không rửa à?

인화는 안 하시겠습니까?

In-hoa-nưn an ha xi kết xưm ni cá?

– Khi nào thì có thể lấy được?

언제 찾을 수 있습니까?

Ơn-chê sha-chứl xu ít xưm ni cá?

– Cái mà ông yêu cầu đến tối ngày kia có thể lấy được.
선생님이 주문하신 것은 모레 저녁까지는 되겠습니다.
Xơn-xeng-ni-mi chu-mun-ha-xin kơ-xưn mô-rê chơ-nớt ca-chi-nưn tuê kết xưm ni tà.

– Tôi sẽ mua cái máy chụp hình này.
그 카메라를 사겠습니다.
Khư kha-mê-ra-rưl xa kết xưm ni tà.

⌘ CHỤP HÌNH　　　　　사진찍기

Xa-chin-chíc-ki

– Chụp hình.
사진을 찍습니다..
Xa-chi-nưl chíc xưm ni tà.

– Để tôi chụp cho nhé?
제가 찍어 드릴까요?
Chê-ka chi-kơ tư-ril ca yố?

– Tôi xin lỗi, nhưng có thể chụp ảnh anh được không?
실례지만 댁의 사진을 찍어도 좋습니까?
Xil-liê-chi-man te-kê xa-chi-nưl chi-kơ-tô chốt xưm ni cá?

– Tôi sẽ gửi ảnh mà tôi chụp cho ông.
제가 찍은 사진을 보내 드리겠습니다.
Chê-ka chi-kưn xa-chi-nưl bô-ne tư-ri kết xưm ni tà.

– Ông đứng ra kia một chút đi.

거기 잠깐만 서 계십시오.

Kơ-ki cham-kan-man xơ kiê xíp xi ô.

– Hãy cười đi.

좀 웃으십시오.

Chôm u-xư xíp xi ô.

– Xin đừng động đậy. Tôi nhấn nút chụp đây.

움직이지 마십시오. 지금 셔터를 누릅니다.

Um-chi-ki-chi ma xíp xi ô. Chi-kưm xiơ-thơ-rưl nu-rưm ni tà.

– Chụp giùm tôi bằng máy của tôi được không?

제 카메라로 사진 좀 찍어 주시겠습니까?

Chê kha-mê-ra-rô xa-chin chôm chi-kơ chu xi kết xưm ni cá?

– Có chụp cùng với tôi không?

함께 사진을 찍으시죠?

Ham-cê xa-chi-nưl chi-kư xi chi-ố?

– Xin đợi một lát, tôi sẽ chụp thêm tấm nữa.

잠깐만 기다리십시오, 사진 한 장 더 찍겠습니다.

Cham-can-man ki-ta-ri xíp xi ô, xa-chin han chang thơ chíc kết xưm ni tà.

– Cái quán trà đằng kia có gì để uống không ?

저기 있는 다방에서 뭐라도 마시는 것이 어떻겠습니까?

Chơ-ki in-nưn ta-bang-ê-xơ muơ-ra-tô ma-xi-nưn kơ-xi ơ-tớt xưm ni cá?

⌘ CỬA HÀNG HOA

꽃 가게에서

Cốt ka-kê-ê-xơ

– Tôi muốn mua hoa hồng.

장미꽃을 좀 사고 싶습니다.

Chang-mi cô-shưng chôm xa-kô xíp xưm ni tà.

– Ôi, đẹp quá ! Đây là ông trồng ở vườn nhà ông à?

참 아름답습니다! 댁의 화원에서 기르신 것 입니까?

Sham a-rưm-táp xưm ni tà! The-kê hoa-wuơ-nê-xơ ki-rư-xin kơ-xim ni cá?

– Ông hãy cẩn thận gai khi đụng vào đấy. Nó rất dễ bị đâm vào tay.

만지실 때, 가시에 조심하십시오. 찔리기 쉽습니다.

Man-chi-xil-te, ka-xi-ê chô-xim ha xíp xi ô. Chil-li-ki xúyp xưm ni tà.

– Tôi sẽ gói bằng giấy bóng kiếng rồi gắn ruybăng màu xanh vào cho thật đẹp.

셀로판지로 싸서 푸른 리본으로 예쁘게 매어 드리겠습니다.

Xêl-lô-phan-chi-rô sa-xơ phu-rưn ri-bô-nư-rô yê-pư-kê me-ơ tư-ri kết xưm ni tà.

– Cho thêm cả các loại chậu hoa nữa đi.

여러가지 화분도 취급하십시오.

Yơ-rơ ka-chi hoa-bun-tô shuy-kúp ha xíp xi ô.

– Anh có cần để tôi viết vài lời lên bó hoa hồng này không?

이 장미꽃에 무슨 인사말이라도 써 드릴까요?

I chang-mi kô-shê mu-xưn in-xa-ma-ri-ra-tô sơ tư-ril ca yố?

– Dạ thôi. Không phải là tôi mang đi tặng, mà để trong phòng của tôi.

아니 괜찮습니다. 선물할 것이 아니라, 제 방에 꽂아 둘 것입니다.

A-ni koan-shan xưm ni tà. Xơn-mưl-hal kơ-xi a-ni-ra, chê bang-ê cô-cha tul kơ-xim ni tà.

– Có hoa loa kèn đẹp không?

아름다운 백합꽃이 있습니까?

A-rưm-ta-un béc-háp cô-shi ít xưm ni cá?

– Có, nhưng nó vẫn chưa nở hoa.

있기는 하지만, 아직 꽃이 피지 않았습니다.

Ít ki-nưn ha-chi-man, a-chíc cô-shi phi-chi a-nát xưm ni tà.

– Hãy cho tôi 5 bông. Một bông bao nhiêu?

다섯 송이만 주십시오. 한 송이에 얼마입니까?

Ta-xớt xông-i-man chu xíp xi ô. Han xông-i-ê ơl-ma im ni cá?

– Chỉ mong nó tươi lâu.

오래 갔으면 좋겠습니다.

Ô-re cát-xư-mơn chô kết xưm ni tà.

– Ngày nào cũng thay nước cho nó thì nó sẽ tươi lâu.

며칠 동안 화병의 물만 갈아주시면 오래갈 것입니다.

Mơ-shil tông-an hoa-biơng-ê mul-man ka-ra-chu-xi-mơn ô-re kal kơ-xim ni tà.

– Hoa vẫn chưa nở mà sao giá đắt quá.

아직 꽃이 피지도 않은건데, 좀 비싸다고 생각합니다.

A-chíc cô-shi phi-chi-tô a-nưn kơn-tê, chôm bi-sa-ta-kô xeng-kác ham ni tà.

– Bao lâu thì phải thay nước một lần?

얼마나 물을 자주 갈아주어야 합니까?

Ơl-ma-na mu-rưl cha-chu ka-ra-chu-ơ-ya ham ni cá?

– Một ngày ít nhất là 2 lần.

하루에 적어도 두 번씩은 물을 갈아야 할 것입니다.

Ha-ru-ê chơ-kơ-tô tu bơn si-kưn mu-rưl ka-ra-ya hal kơ xim ni tà.

– Khi nào thì hoa sẽ nở?

꽃이 피자면 얼마나 있어야 합니까?

Cô-shi phi-cha-mơn ơl-ma-na ít-xơ-ya ham ni cá?

– Khoảng 2 ngày nữa, tùy theo thời tiết mà có thể nó sẽ nở nhanh hơn nữa.

한 이틀 정도 있으면 피겠습니다만, 기온에 따라 더 빨리 필 수도 있을 것입니다.

Han i-thưl chơng-tô ít-xư-miơn phi kết xưm ni ta man, ki-ôn-ê ta-ra tơ pal-li phil xu-tô ít-xưl kơ-xim ni tà.

– Hoa nào bán chạy nhất?

무슨 꽃이 제일 잘 팔립니까?

Mu-xưn cô-shi chê-il chal phal-lim ni cá?

– Cái đó còn tùy theo mùa, mỗi mùa có các loại hoa khác nhau.

그건 계절에 따라 다릅니다. 계절마다 다른 꽃이 나오기 때문입니다.

Kư kơn kiê-chê-rê ta-ra ta-rưm ni tà, kiê-chơ ma-ta ta-rưn cô-shi na-ô-ki te-mu-nim ni tà.

– Có rất nhiều hoa nên để nhớ tên tất cả các loại hoa là rất khó.

워낙 많은 꽃이 있기 때문에, 꽃 이름을 모두 기억하는 것은 매우 힘든 일입니다.

Wuơ-nác ma-nưn cô-shi ít-ki te-mu-nê, cốt i-rư-mưl mô-tu- ki-ớt-ha-nưn kơ-xưn me-u him-tưn il im ni tà.

– Hoa nào mắc nhất?

무슨 꽃이 가장 비쌉니까?

Mu-xưn kô-shi ka-chang bi-xam ni cá?

– Đi thăm bệnh nhân thì hoa nào là tốt nhất?

병원에서 요양하고 있는 환자에게 무슨 꽃이

좋겠습니까?

Biơng-wu biơng-wuơ-nê-xơ yô-yang-ha-kô in-nưn hoan-cha-ê-kê mu-xưn cô-shi chô kết xưm ni cá?

– Có chậu để trồng cây hoa Jintanle không?

화분에 심은 진달래꽃이 있습니까?

Hoa-bu-nê xi-mưn chin-tal-le cô-shi ít xưm ni cá?

– Tôi xin lỗi, nhưng bây giờ không có. Ông có thể chờ thêm mấy ngày nữa để tôi tìm cho ông một cái.

미안합니다만, 당장엔 없습니다. 며칠만 기다리실 수

있다면 하나 구해드릴 수 있습니다.

Mi-an-ham ni ta man, tang-chang-ên ớp xưm ni tà. Miơ-shil-man ki-ta-ri-xil xu ít-ta-miơn ha-na ku-he tư-ril xu ít xưm ni tà.

– Vậy thì tìm cho tôi một cái. Khoảng tuần sau tôi đến lấy.

하나 구해 주십시오. 다음 주일쯤 가지러 오겠습니다.

Ha-na ku-he chu xíp xi ô. Ta-ưm chu-il-chưm ka-chi-rơ ô kết xưm ni tà.

– Ông có muốn mua thêm hoa gì nữa không?

더 사고 싶은 꽃은 없으십니까?

Tơ xa-kô xi-phưn cô-shưn ớp-xư xim ni cá?

– Hoa loa kèn là loại hoa tôi thích nhất, tôi sẽ mua hoa đó.
백합꽃은 내가 가장 좋아하는 꽃 입니다, 그걸
사겠습니다.

*Béc-háp kô-shưn ne-ka ka-chang chô-a-ha-nưn cốt im ni
tà, kư-kơl xa kết xưm ni tà.*

– Mukunghoa là hoa tượng trưng của Hàn Quốc.
무궁화는 대한 민국의 국화입니다.
Mu-kung-hoa-nưn te-han mi-ku-kê kúc-hoa im ni tà.

✵ CỬA HÀNG VĂN PHÒNG PHẨM

문방구점에서

Mun-bang-ku-chơ-mê-xơ

– Cho tôi một hộp kẹp.
클립 한 통만 주십시오

Khư-líp han thông-man chu xíp xi ô.

– Nó bằng sắt hay bằng nhựa?
강철로 된 것입니까, 플라스틱제 입니까?

*Kang-shơl-lô tuên kơ-xim ni ca, phư-la-xư-thíc-chê im ni
cá?*

– Cái nào cũng được.
아무것이나 좋습니다.

A-mu-kơ-xi-na chốt xưm ni tà.

– Ông muốn cái lớn hay cái vừa, hay là cái nhỏ nhất?
큰 것으로 할까요, 아니면 중간치, 아니면 아주 작은
것으로 하겠습니까?

*Khưn kơ-xư-rô hal ca yố, a-ni-miơn chung-kan-shi, a-ni-
miơn a-chu cha-kưn kơ-xư-rô ha kết xưm ni cá?*

– Cho tôi 100 tờ giấy viết thư.
그리고 편지 지 백 장만 주십시오.

Kư-ri-kô phiơn-chi chi béc chang-man chu xíp xi ô.

– Cho tôi một cục tẩy, giấy thấm, một lọ mực xanh thẫm, và
  một cái thước.
지우개 하나, 압정 한 통, 암청색 잉크 한 병, 그리고
자도 하나 주십시오.

*Chi-u-ke ha-na, áp-chơng han thông, am-shơng-xéc ing-
khư han biơng, kư-ri-kô cha-tô ha-na chu xíp xi ô.*

– Một hộp có bao nhiêu cái?

이 상자에는 몇 장이나 들었습니까?

I xang-cha-ê-nưn miớt chang-i-na tư-rớt xưm ni cá?

– Ông lấy vừa đủ viết thôi. Một tờ là 20 won.

쓰실 만큼 가져 가십시오. 한 장에 이십 원씩입니다.

Sư-xil man-khưm ka-chiơ ka xíp xi ô. Han chang-ê i xíp won-síc im ni tà.

– Cho tôi xem cái gọt bút chì.

연열필깎개 좀 보여 주십시오.

Yơn-phil các-ke chôm bô-yơ chu xíp xi ô.

– Ông muốn xem loại nào. Có 3 loại, một loại nhỏ gọt bằng tay, loại khác là đặt lên bàn để gọt, một loại gọt tự động bằng điện.

어떤 종류로 보시겠습니까? 세가지 종류가 있습니다,

한 가지는 손가락으로 비틀어 사용하는 작은

포켓용이고, 또 하나는 책상에 붙여놓고 핸들로 돌려

쓰는 것이고, 세번째 것은 전기로 움직이는 자동식

연필깎개입니다.

Ơ-tơn chông-niu-rô bô-xi kết xưm ni cá? Xê ka-chi chông-niu-ka ít xưm ni tà, han ka-chi-nưn xôn ka-ra-kư-rô bi-thư-rơ xa-yông-ha-nưn cha-kưn phô-khết-yông-i-kô, tô ha-na-nưn shéc-xang-ê bu-shiơ-nô-khô hen-tưl-lô tôl-liơ sư-nưn kơ-xi-kô, xê bơn-che kơ-xưn chơn-ki-rô um-chi-ki-nưn cha-tông-xíc yơn-phil-các-ke im ni tà.

– Loại này rất được ưa chuộng, giá là 5 ngàn won.
이 모양이 매우 인기가 있는데, 값은 오천 원입니다.

I mô-yang-I me-u in-ki-ka in-nưn-tê, káp-xưn ô-shơn won im ni tà.

– Tôi định mua giấy viết thư.
편지 지 좀 사려고 합니다.

Phiơn-chi chi chôm xa-riơ-kô ham ni tà.

– Ông muốn mua loại nào?
어떤 종이를 사 시렵니까?

Ơ-tơn chông-i-rưl xa-xi riơm ni cá?

– Loại mặt nhẵn ấy.
지면이 매끄러운 것으로 주십시오.

Chi-miơn-ni me-cư-rơ-un kơ-xư-rô chu xíp xi ô.

– Có đây ạ.
꼭 그런게 있습니다.

Cốc kư-rơn-kê ít xưm ni tà.

– Tôi muốn mua mấy cái kẹp giấy, một hộp ghim giấy, một hộp ghim nhỏ, một cái bấm giấy và mấy cái ghim bấm.
또 종이 클립 몇 개, 압정 한 통, 핀 한 통, 그리고

호치키스용 알맹이가 약간 필요합니다.

Tô chông-I khư-líp miớt ke, áp-chơng han thông, phin han thông, kư-ri-kô hô-shi-khi-xư-yông al-meng-I-ka yác-kan phi-riô ham ni tà.

– Có loại bút vẽ làm bằng lông lạc đà không?
낙타털로 만든 붓이 있습니까?
Nác-tha-thơl-lô man-tưn bu-xi ít xưm ni cá?

– Không có loại bút vẽ làm bằng lông lạc đà.
낙타털로 만든 붓은 없습니다.
Nác-tha-thơl-lô man-tưn bu-xưn ớp xưm ni tà.

– Loại bút vẽ này của Hàn Quốc rất được các họa sĩ ưa dùng.
이 한국제 붓은 미술 전문가들이 사용하는 것이니 만큼 괜찮을 것입니다.
I han-kúc-chê bu-xưn mi-xul chơn-mun-ka-tư-ri xa-yông ha-nưn kơ-xi-ni man-khưm koan-sha-nưl kơ-xim ni tà.

– Loại bút nhãn hiệu Monami rất nổi tiếng ở Hàn Quốc.
모나미 상표의 볼펜은 한국에서 가장 유명합니다.
Mô-na-mi xang-phiô-ê bôl-phê-nưn han-ku-kê-xơ ka-chang yu-miơng ham ni tà.

– Tôi muốn mua cái bút này và bộ bút chì, nhưng giá mắc quá.
이 펜과 연필 세트를 하나 살까 하는데, 값이 너무 비싸군요.
I phên-koa yơn-phil xên-thu-rưl ha-na xal-ca ha-nưn-tê káp-xi nơ-mu bi-sa ku-niô.

– Tôi sẽ bán rẻ cho ông, sẽ giảm 10%.
싸게 해 드릴 수도 있습니다, 십 퍼센트는 감해 드릴 수 있다고 생각합니다.
Sa-kê he tư-ril xu-tô ít xưm ni tà, xíp phơ xên-thư-nưn kam-he tư-ril xu ít-ta-kô xeng-kác ham ni tà.

– Vẫn còn mắc qúá!

아직도 비싼편입니다!

A-chíc-tô bi-san-phiơn im ni tà!

– Tối đa là 15%.

최고로 십오 퍼센트 감해 드릴 수 있습니다.

Shuê-kô-rô xíp ô wơ-xên-thu kam-he tư-ril xu ít xưm ni tà ?

– Được rồi, tôi sẽ mua.

좋습니다, 사겠습니다.

Chốt xưm ni tà, xa kết xưm ni tà.

⌘ TIỆM UỐN TÓC

미장원에서

Mi-chang-wuơ-nê-xơ

– Xin đợi một lát, tôi sẽ làm ngay.

잠깐만 기다려 주시면 곧 모시겠습니다.

Cham-can-man ki-ta-riơ chu-xi-miơn kốt mô-xi kết xưm ni tà.

– Bà muốn uốn tóc à?

퍼머를 하시겠습니까?

Phơ-mơ-rưl ha-xi kết xưm ni cá?

– Vâng, uốn sóng cho tôi.

네, 퍼머넌트 웨이브를 해 주십시오.

Nê, phơ-mơ-nơn-thư wuê-i-bư-rưl he chu xíp xi ô.

– Xong hết thì mất khoảng bao lâu?

다 끝나려면 얼마나 걸립니까?

Ta cưn-na-riơ-miơn ơl-ma-na kơl-lim ni cá?

– Gội đầu rồi làm cho tôi.

머리를 감고 세트를 해 주십시오.

Mơ-ri-rưl kam-kô xê-thư-rưl he chu xíp xi ô.

– Bà xả bằng chanh hay bằng kem xả?

레몬으로 헹구시겠습니까, 크림으로 헹구시겠습니까?

Rê-mô-nư-rô heng-ku-xi kết xưm ni cá, khư-ri-mư-rô hêng-ku-xi kết xưm ni cá?

– Bà có muốn cắt tóc không?

머리를 좀 자를까요?

Mơ-ri-rưl chôm cha-rưl ca yố?

– Trước tiên tôi sẽ gội đầu cho bà.

우선 머리를 먼저 감아드리겠습니다.

U-xơn mơ-ri-rưl mơn-chơ ka-ma tư-ri kết xưm ni tà.

– Bà có muốn làm móng không?

매니큐어를 하시겠습니까?

Me-ni-khiu-ơ-rưl ha xi kết xưm ni cá?

– Xin lỗi vì đã để bà phải đợi. Mời bà sang ghế này.

기다리게 해서 죄송합니다. 이제 자리가 났으니 앉으

십시오.

Ki-ta-ri-kê he-xơ chuê-xông ham ni tà. I-chê cha-ri-ka nát-xư-ni an-chư xíp xi ô.

– Tôi không vội đâu, nên làm kỹ cho tôi.

바쁘지 않습니다, 천천히 하십시오.

Ba-pư-chi an xưm ni tà, shơn-shơn-hi ha xíp xi ô.

– Trước tiên là gội đầu sau rồi sẽ sấy khô, khi tóc khô sẽ bắt đầu uốn.

우선 머리를 감고, 그리고 전기드라이어에 머리를 잘

말린 후에 고데를 시작하도록 하겠습니다.

U-xơn mơ-ri-rưl kam-kô, kư-ri-kô chơn-ki tư-ra-i-ơ-ê mơ-ri-rưl chal mal-lin hu-ê kô-tô-rưl xi-chát ha-tô-rốc ha kết xưm ni tà.

– Không biết nước xà phòng có vào mắt không?

눈에 비눗물이 들어가지 않았는지 모르겠습니?

Nu-nê bi-nút-mu-ri tư-rơ-ka-chi a-nát-nưn-chi mô-rư kết xưm ni ?

– Vào một chút rồi, cho tôi mượn cái khăn.

조금 들어갔습니다, 수건 좀 주시겠습니까?

Chô-kưm tư-rơ-kát xưm ni tà, xu-kơn chôm chu xi kết xưm ni cá?

– Tôi đã đọc được ở một tạp chí nào đó là sự quyến rũ của phụ nữ quyết định nhiều bởi kiểu tóc.

어느 잡지에서 읽었는데, 여자의 매력은 머리 맵시가

커디란 비중을 차지하고 있더군요.

Ơ-nư cháp-chi-ê-xơ il-kớt-nưn-tê, yơ-cha-ê me-riơ-kưn mơ-ri mép-xi-ka khơ-ti-ran bi-chung-ưl sha-chi-ha-kô ít tơ ku-niô.

– Khi uốn xong bà có muốn mát-xa mặt không?

퍼머를 끝낸 후에 얼굴 마시지도 하시겠습니까?

Phơ-mơ-rưl kưn-nen hu-ê ơl-kul ma-xi-chi-tô ha xi kết xưm ni cá?

– Hãy làm cho tôi. Khi có thời gian rảnh là tôi muốn mát xa mặt. Rất là dễ chịu.

해 주십시오. 틈만 있으면 얼굴 마사지는 꼭 하고

있습니다. 아주 시원하거든요.

He-chu xíp xi ô. Thưm-man ít-xư-miơn ơl-kul ma-xa-chi-nưn cốc ha-kô ít xưm ni tà. A-chu xi-wuơn ha kơ-tư-niô.

– Không biết cái chụp đầu có làm bà khó chịu hay không,
nhiều người hay phàn nàn là cái chụp đầu nặng quá.

머리 위에 얹은 덮개 때문에 어지럽지나 않으실지

모르겠습니다, 오래 얹어두니까 뜨겁다고 말씀하시는

분이 많더군요.

*Mơ-ri uy-ê ơn-chưn tớp-ke te-mu-nê ơ-chi-rớp-chi-na a-
nư-xil-chi mô-rư kết xưm ni tà, ô-re ơn-chơ-tu-ni-ka tư-
kớp-ta-kô mal-sưm ha-xi-nưn bu-ni man thơ ku-niô.*

– Giờ thì xong rồi. Bà soi gương xem thế nào.

이제 퍼머가 끝났습니다. 거울을 보시고 어떤지 말씀해

주십시오.

*I-chê phơ-mơ-ka kưn nát xưm ni tà. Kơ-u-rưl bô-xi-kô ơ-
tơn-chi mal-sưm he chu xíp xi ô.*

– Nếu có chỗ nào sửa thì cứ nói với tôi.

좀 달리 고치고 싶으면 말씀해 주십시오.

Chôm tal-li kô-shi-kô xi-phư-miơn mal sưm he chu xíp xi ô.

– Không, đẹp lắm. Xin cảm ơn.

아닙니다, 아주 잘 되었습니다. 감사합나다.

A-nim ni tà, a-chu chal tuê ớt xưm ni tà. Kam-xa ham ni tà.

✻ TIỆM BÁN NHẠC CỤ 악기점에서

Ác-ki-chơ-mê-xơ

– Tôi muốn mua ghi-ta thì mua ở đâu?

기타를 사고 싶은데 어디서 살 수 있겠습니까?

Ki-tha-rưl xa-kô xi-phưn-tê ơ-ti-xơ xạl xu ít kết xưm ni cá?

– Ông đến Jungmu có bán đấy. Ở đó có rất nhiều tiệm bán nhạc cụ.

충무로에 가면 살 수가 있습니다. 충무로에는 많은

악기점이 있습니다.

Shung-mu-rô-ê ka-miơn xal xu-ka ít xưm ni tà. Shung-mu-rô-ê-nưn ma-nưn ác-ki-chơ-mi ít xưm ni tà.

– Có loại đàn ghi-ta nào tốt không?

좋은 기타가 있습니까?

Chô-ưn ki-tha-ka ít xưm ni cá?

– Có nhiều loại lắm, ông muốn loại đàn nào? Loại lớn hay loại bình thường ?

네, 여러 가지 종류가 있습니다. 어떤 종류의 기타를

원하십니까? 큰 것으로 할까요, 보통 것으로 할까요?

Nê, yơ-rơ ka-chi chông-niu-ka ít xưm ni tà, ơ-tơn chông-niu-ê ki-tha-rưl wươn ha xim ni cá? khưn kơ-xư-rô hal ca yố, bô-thông kơ-xư-rô hal ca yố?

– Cái này là của Hàn Quốc, chất lượng rất tốt.

이것들은 순전히 한국산인데, 아주 품질이 좋습니다.

I kơ-tư-rưn xun-chơn-hi han-kúc xan-in-tê, a-chu phum-chi-ri chốt xưm ni tà.

– Loại đàn Yamaha này là nhập từ Nhật về, nhưng ở Hàn Quốc cũng đang sản xuất rất nhiều loại đàn organ rất tốt.

야마하 상표의 일본에서 수입한 것입니다. 그러나 한국에서 여러 가지 종류의 좋은 오르간들이 생산되고 있습니다.

Ya-ma-ha xang-phiô-ê il-bô-nê-xơ xu-íp-han kơ-xim ni tà. kư-rơ-na han-ku-kê-xơ yơ-rơ ka-chi chông-niu-ê chô-ưn ô-rư-kan-tư-ri xeng-kác tuê-kô ít xưm ni tà.

– Loại đàn Piano Samik được sản xuất tại Hàn Quốc này chất lượng còn tốt hơn của Nhật.

국내에서 생산되는 삼익 피아노도 품질이 일본제보다 좋습니다.

Kúc-ne-ê-xơ xeng-xan-tuê-nưn xam-íc phi-a-nô-tô phum-chi-ri il bôn-chê bô-ta chốt xưm ni tà.

– Cái Piano của Hàn Quốc kia giá bao nhiêu?

저 한국제 피아노는 얼마입니까?

Chơ han-kúc-chê phi-a-nô-nưn ơl-ma im ni cá?

– Nó rẻ hơn là hàng nhập về từ Mỹ hay Nhật, chỉ khoảng 1 triệu 5 trăm ngàn won thôi.

일본이나 미국에서 수입한 외국제 피아노보다 값이 쌉니다. 단 돈 백오십만 원입니다.

Il-bô-ni-na mi-ku-kê-xơ xu-íp han uê-kúc-chê phi-a-nô bô-ta káp-xi sam ni tà. Tan tôn béc ô xíp man won im ni tà.

– Harmonica là loại nhạc cụ rất tốt cho trẻ.

하모니카는 아이들에게 좋은 악기입니다.

Ha-mô-ni-kha-nưn a-i-tư-rê-kê chô-ưn ác-ki im ni tà.

– Ông có biết chơi Violon không?

바이올린을 켤 줄 아십니까?

Ba-I ôl-li-nưl khiơl chul a xim ni cá?

– Tôi không biết chơi, nhưng có thể chơi được ghi-ta.

키지 못합니다만, 기타는 잘 칠 줄 압니다.

Khi-chi mô-tham-ni-ta-man, ki-tha-nưn chal shil chul am ni tà.

– Gomulko là gì vậy?

거문고가 무엇입니까?

Kơ-mun-kô-ka mu-ơ-xim ni cá?

– Nó là loại nhạc cụ truyền thống của Hàn Quốc, có 12 dây, đàn này là do một người tên là Oangsanak thời Kokuryo đã làm ra.

그것은 전통적인 한국 악기입니다, 열두 개의 줄이 있는데, 그 악기는 고구려 시대의 왕산악이란 사람이 발명했습니다.

Kư kơ-xưn chơn-thông-chơ-kin han-kúc ác-ki im ni tà, yơl tu ke-ê chu-ri in-nưn-tê, ku ác-ki-nưn kô-ku-riơ xi-te-ê oang-xan ác-ki-ran xa-ra-mi bal miơng hét xưm ni tà.

– Những loại nhạc cụ Hàn Quốc như thế này chỉ có thể mua được trong những cửa hàng đặc biệt ở trung tâm Seoul thôi.

그러한 독특한 한국 악기들은 단지 서울 시내의 특정한 상점에서만 사실 수 있습니다.

Kư-rơ-han tốc-thức-han han-kúc ác-ki-tư-rưn tan-chixơ-ul xi-ne-ê thức-chơng-han xang-chơ-mê-xơ-man xa-xil xu ít xưm ni tà.

– Những loại đàn thông thường ở Hàn Quốc được cung cấp cho các buổi biểu diễn âm nhạc.

한국에서는 일반적으로 악기점들이 여러 음악회의 표를 취급하고 있습니다.

Han-ku-kê-xơ-nưn il-ban-chơ-kư-rôác-ki-chơm-tư-ri yơ-rơ ưm-ác-huê-ê phiô-rưl shuy-kứp-ha-kô ít xưm ni tà.

– Ghi-ta là một trong những nhạc cụ được ưa chuộng ở Hàn
Quốc.

기타는 한국에서 가장 인기 있는 악기 중의 하나입니다.

*Ki-tha-nưn han-ku-kê-xơ ka-chang in-ki in-nưn ác-ki
chung-ê ha-na im ni tà.*

– Ông thích loại nhạc cụ nào nhất?

어떤 악기를 가장 좋아하십니까?

Ơ-tơn ác-ki-rưl ka-chang chô-a-ha-xim ni cá?

– Tôi thích Trumpet.

트럼펫을 가장 좋아합니다.

Thư-rơm-phê-xưl ka-chang chô-a-ham ni tà.

⌘ CỬA HÀNG ĐỒNG HỒ   시계점에서

Xi-kiê-chơ-mê-xơ

– Tôi muốn mua một cái đồng hồ đeo tay.

손목시계를 구경하고 싶습니다.

Xôn-mốc xi-kiê-rưl ku-kiơng-ha-kô xíp xưm ni tà.

– Có thể cho tôi xem một cái đồng hồ dùng được hay không?

쓸만한 시계를 보여 주시겠습니까?

Sưl-man-han xi-kiê-rưl bô-yơ chu xi kết xưm ni cá?

– Cái ở đằng kia giá bao nhiêu?

저쪽에 있는 것은 값이 얼마입니까?

Chơ-chô-kê in-nưn kơ-xưn káp-xi ơl-ma im ni cá?

– Đồng hồ được ưa chuộng nhất ở Hàn Quốc là cái nào?

한국에서 가장 인기 있는 손목시계는 어느것 입니까?

Han-ku-kê-xơ ka-chang in-ki in-nưn xôn-mốc xi-kiê-nưn ơ-nư kơ-xim ni cá?

– Là đồng hồ Orien, rất nhiều loại đồng hồ đeo tay và treo tường Orien đang được sản xuất tại công ty liên doanh của Nhật và Hàn Quốc tại Hàn Quốc.

오리엔트 손목시계라고 생각합니다, 오리엔트 상표의

여러 가지 모양의 손목시계와 벽시계들이 일본

회사와의 기술 협력으로 한국에서 생산되고 있습니다.

O-ri-ên-thư xôn-mốc xi-kiê-ra-kô xeng-kác ham ni tà, ô-ri-ên-thư xang-phiô-ê yơ-rơ ka-chi mô-yang-ê xôn-mốc xi-kiê-oa biức xi-kiê-tư-ri il-bôn huê-xa oa-ê ki-xul hiớp-riơ-kư-rô han-ku-kê-xơ xeng-xan-tuê-kô ít xưm ni tà.

– Cái đồng hồ này rất đúng giờ.

이 시계는 시간이 잘 맞습니다.

I xi-kiê-nưn xi-ka-ni chal mát xưm ni tà.

– Có nhiều loại đồng hồ đeo tay nữ rất tốt.

쓸만한 여자용 손목시계도 여러 가지 종류가 있습니다.

Sưl man-han yơ-cha-yông xôn-mốc xi-kiê-tô yơ-rơ ka-chi chông-niu-ka ít xưm ni tà.

– Ở đây đa phần người ta dùng đồng hồ đeo tay làm quà đính hôn.

이 나라에서는 약혼 선물로 시계가 널리 사용됩니다.

I na-ra-ê-xơ-nưn yác-hôn xơn-mul-lô xi-kiê-ka nơl-li xa-yông-tuêm ni tà.

– Enika là đồng hồ rất nổi tiếng của Thụy Sĩ.

에니카라고 생각 합니다, 그것은 유명한 스위스제 시계입니다.

Ê-ni-ka-ra-kô xeng-kác ham ni tà, kư kơ-xưn yu-miơng-han xư-uy-xư-chê xi-ki ê im ni tà.

– Tôi muốn tặng quà cho con tôi trong mùa tốt nghiệp năm nay?

금년 봄 학교를 졸업하는 내 아이에게 줄 선물로 무엇이 좋겠습니까?

Kưm-niơn bôm hắc-kiô-rư chô-rớp-ha-nưn ne a-i-ê-kê chul xơn-mul-lô mu-ơ-xi chô-kết xưm ni cá?

– Cái dây đồng hồ này bị ngắn rồi. Cho tôi xem loại dây làm bằng da được không? Tôi không thích đồng hồ có dây sắt.

시계줄이 잘라졌습니다. 가죽으로 만든 쓸만한 것을 보여 주시겠습니까? 저는 쇠 시계줄을 좋아하지 않습니다.

Xi-kiê-chu-ri chal-la-chiớt xưm ni tà. Ka-chu-kư-rô man-tưn sul-man-han kơ-xơl bô-yơ-chu xi kết xưm ni cá? Chơ-nưn xuê xi-kiê-chu-rưl chô-a-ha-chi an xưm ni tà.

– Đồng hồ của tôi không chạy. Tôi có thể sửa ở đâu được?

제 시계가 가지 않습니다. 어디서 수리를 할 수 있을까요?

Chê xi-kiê-ka ka-chi an xưm ni tà. Ơ-ti-xơ xu-ri-rưl hal xu ít-xưl ca yố?

– Ông hãy đến tiệm đồng hồ. Ở đó cũng sửa luôn.

시계점에서 수리를 할 수가 있습니다. 시계점에서는 수리도 하니까요.

Xi-kiê-chơ-mê-xơ xu-ri-rưl hal xu-ka ít xưm ni tà. Xi-kiê-chơ-mê-xơ-nưn xu-ri-tô ha-ni-ca-yô.

– Vệ sinh cái mặt đồng hồ này cho tôi. Có nhiều bụi quá.

제 시계의 문자판 좀 소제해 주시겠습니까? 먼지가 매우 많이 끼었습니다.

Chê xi-kiê-ê mun-cha-phan chôm xô-chê-he chu xi kết xưm ni cá? Mơn-chi-ka me-u ma-ni ci ớt xưm ni tà.

– Thay cái kim đồng hồ này cho tôi đi.

이 시계 바늘을 새 것으로 바꿔주십시오.

I xi-kiê ba-nư-rưl xe kơ-xư-rô ba-cươ chu xíp xi ô.

– Có loại đồng hồ điện tử không cần quấn bằng lò đang được sản xuất.

태엽을 감지 않고서도 가는 전자시계가

생산되었습니다.

The-yơ-bưl kam-chi an-khô-xơ-tô ka-nưn chơn-cha xi-kiê-ka xeng-xan-tuê ớt xưm ni tà.

– Đồng hồ điện tử thường được dùng trong các văn phòng lớn.

전자시계는 대체로 큰 사무실에서 사용됩니다.

Chơn-cha xi-kiê-nưn te-shê-rô khưn xa-mu-xi-rê-xơ xa-yông tuêm ni tà.

– Cái đồng hồ điện tử kia giá bao nhiêu?

저 전자 시계는 얼마입니까?

Chơ chơn-cha xi-kiê-nưn ơl-ma im ni cá?

– Tôi sẽ mua nó. Có hộp để đựng không?

저는 사겠습니다. 그 시계에 딸린 상자가 있습니까?

Chơ-nưn xa kết xưm ni tà. Kư xi-kiê-ê tal-lin xang-cha-ka ít xưm ni cá?

⌘ LIÊN QUAN ĐẾN HÀN QUỐC

한국에 관하여

Han-ku-kê koan-ha-yơ

– Lịch sử của Hàn Quốc được bao lâu rồi?

한국의 역사는 얼마나 오래 되었습니까?

Han-ku-kê yóc-xa-nưn ơl-ma-na ô-re tuê ớt xưm ni cá?

– Được hơn năm ngàn năm.

오천 년 이상 되었습니다.

Ô-shơn niơn i-xang tuê ớt xưm ni tà.

– Đó là một trong những nước có lịch sử thật lâu đời.

정말 세계에서 가장 오래된 나라중의 하나이군요.

Chơng-mal xê-kiê-ê-xơ ka-chang ô-re-tuên na-ra-chưng-ê ha-na-I ku-niô.

– Ai là người lập ra Hàn Quốc?

한국을 세운 이는 누구입니까?

Han-ku-kưl xê-un i-nưn nu-ku im ni cá?

– Theo sự tiến hóa của lịch sử thì thấy Talkun là thủy tổ của chúng tôi. Ông ấy đã lập ra triều đại Chosun tận trên đỉnh núi Becktu đấy.

한국 신화에 따르면 단군이 이 나라의 시조입니다.

그가 맨 처음 백두산 꼭대기에 단군 조선을 세웠다고

말하더군요.

Han-kúc xin-hoa-ê ta-ru-miơn tan-ku-ni I na-ra-ê xi-chô im ni tà. Kư-ka men shơ-ưm béc-tu-xan cốc te-ki-ê tan-kun chô-xơ-nưl xe-wuớt-ta-kô mal-ha-tơ-ku-niô.

– Lãnh thổ Hàn Quốc được bao nhiêu?

한국 영토은 얼마나 넓습니까?

Han-kúc yơng-thô-ưn ơl-ma-na nơl xưm ni cá?

– 220 ngàn km.

이십 이만 평방 킬로미터입니다.

I xíp I man phion-bang kil-lô-mi-thơ im ni tà.

– Dân số Hàn Quốc bao nhiêu?

한국의 인구 얼마입니까?

Han-ku-kê in-ku ơl-ma im ni cá?

– Khoảng 50 triệu người.

한국의 인구는 약 오천 만입니다.

Han-ku-kê in-ku-nưn yác ô shơn man im ni tà.

– Thủ đô của Hàn Quốc ở đâu?

한국의 수도는 어디 입니까?

Han-ku-kê xu-tô-nưn ơ-ti im ni cá?

– Thủ đô của Hàn Quốc là Seoul. Dân số của Seoul khoảng
  12 triệu người.

한국의 수도는 서울입니다. 서울의 인구는 거의 천

이백만이나 됩니다.

*Han-ku-kê xu-tô-nưn xơ-ul im ni tà. Xơ-u-rê in-ku-nưn kơ-
ưi shơn I béc man i-na tuêm ni tà.*

– Busan là thành phố cảng à?

부산시는 항구입니까?

Bu-xan-xi-nưn hang-ku im ni cá ?

– Vâng. Busan là thành phố lớn thứ 2 của Hàn Quốc.

그렇습니다. 부산은 한국에서 두번째로 큰 도시입니다.

Kư-rớt xưm ni tà. Bu-xa-nưn han-ku-kê-xơ tu-bơn-che-rô khưn tô-xi im ni tà.

– Núi cao nhất của Hàn Quốc là núi nào?

한국에서 가장 높은 산은 무엇입니까?

Han-ku-kê-xơ ka-chang nô-phưn xa-nưn mu-ơ-xim ni cá?

– Núi Becktu cao nhất của Hàn Quốc nhưng lại nằm ở Bắc Hàn. Ở Nam Hàn núi Halla ở đảo Jeju là cao nhất.

백두산은 가장 높은 산 입니다만, 북한에 있습니다.

남한에서 가장 높은 산 제주도에 있는 한라산입니다.

Béc-tư-xa-nưn ka-chang nô-phưn xan im ni ta man, búc-ha-nê ít xưm ni tà. Nam-ha-nê-xơ ka-chang nô-phưn xa-nưn chê-chu-tô-ê in-nưn han-la-xan im ni tà.

– Sông dài nhất của Hàn Quốc là sông nào?

한국에서 가장 긴 강은 무엇입니까?

Han-ku-kê-xơ ka-chang kin kang-ưn mu-ơ-xim ni cá?

– Là sông Apluc ở Bắc Hàn, ở Nam Hàn là sông Naktong.
북한에 있는 압록강입니다, 남한에서는 낙동강이 가장

긴 강입니다.

*Búc-ha-nê in-nưn áp-rốc-kang im ni tà, nam-han ·ê-xơ-nưn
nác-tông-kang-I ka-chang kin kang im ni tà.*

– Đảo lớn nhất của Hàn Quốc là đảo gì?
한국에서 가장 큰 섬은 무엇입니까?

Han-ku-kê-xơ ka-chang khưn xơ-mưn mu-ơ-xim ni cá?

– Là đảo Jeju, đó là một tỉnh của Hàn Quốc đấy.
제주도입니다, 행정적으로 제주도는 한 도입니다.

*Chê-chu-tô im ni tà, heng-chơng-chơ-kư-rô chê-chu-tô-
nưn han tô im ni tà.*

– Ngôn ngữ của Hàn Quốc là gì?
한국의 언어는 무엇입니까?

Han-ku-kê ơn-nơ-nưn mu-ơ-xim ni cá?

– Là tiếng Hàn. Tiếng Hàn là một trong những thứ tiếng khoa
học nhất thế giới. Ở thời Lee vua Sejong đã làm ra nó cách
đây khoảng 545 năm rồi.
한글입니다. 한글은 세계에서 가장 과학적인 언어 중의

하나라고 합니다. 이조 시대의 세종대왕이 약

오백사십오 년 전에 한글을 발명하셨습니다.

*Han-kưl im ni tà. Han-kư-rưn xê-kiê-ê-xơ ka-chang koa-
hoac-chơ-kin ơn-nơ chung-ê ha-na-ra-kô ham ni tà. I-chô
xi-te-ê xê-chông te-oang-I yác ô béc xa xíp ô niơn chơ-nê
han-kư-rưl bal-miơng ha xiớt xưm ni tà.*

– Tiểu thuyết nổi tiếng nhất của Chosun là gì?

가장 유명한 한국 소전소설은 무엇입니까?

Ka-chang yu-miơng-han han-kúc xô-chơn xô-xơ-rưn mu-ơ-xim ni cá?

– Là Xuân Hương truyện. Nó là câu chuyện tình yêu của một chàng trai quý tộc với cô gái thường dân.

춘향전입니다. 그것은 양반 계급의 남자와 상놈

계급의 한 여자 사이의 사랑 이야기입니다.

Shun-hiang-chơn im ni tà. Kư kơ-xưn yang-ban kiê-kư-bê nam-cha-oa xang-nôm kiê-kư-bê han yơ-cha xa-i-ê xa-rang I-ya-ki im ni tà.

– Aak là gì?

아악은 무엇입니까?

A-a-kưn mu-ơ-xim ni cá?

– Nó là âm nhạc cung đình truyền thống của Hàn Quốc.

아악은 전통적인 한국 궁중 음악입니다.

A-a-kưn chơng-thông-chơ-kin han-kúc kung-chung ưm-ác im ni tà.

– Hàn Quốc có nhiều bài hát dân gian không?

한국에는 많은 민속노래가 있습니까?

Han-ku-kê-nưn ma-nưn min-xốc nô-re-ka ít xưm ni cá?

– Có rất nhiều, trong đó Arirang và Doraji là hai bài hát rất nổt tiếng.

네, 많이 있습니다, 아리랑과 도라지는 그 중의 가장 유명한 노래입니다.

Nê, ma-ni ít xưm ni tà, a-ri-rang-koa tô-ra-chi-nưn kư-chung-ê ka-chang yu-miơng-han nô-re im ni tà.

– Người Hàn Quốc tại sao lại gọi là dân tộc Bạch Y?

한국 사람들은 왜 종종 백의 민족이라고 불리워집니까?

Han-kúc xa-ram-tư-rưn woe chông-chông be-kê min-chô-ki-ra-kô bul-li-wươ-chim ni cá?

– Từ ngày xưa người Hàn Quốc đã thích mặc áo trắng.

옛날부터 한국 사람들은 흰옷을 입기 좋아하기 때문입니다.

Yên-nal-bu-thơ han-kúc xa-ram-tư-rưn hin- ô-xưl íp-ki chô-a-ha-ki te-mu-nim ni tà.

– Bulgusa nằm ở đâu?

불국사는 어디 있습니까?

Bul-kúc-xa-nưn ơ-ti ít xưm ni cá?

– Nó ở Guangju, nơi đã là thủ đô thời Shilla. Ngôi chùa ấy là ngôi chùa có kiến trúc đẹp nhất ở phương Đông.

옛날 신라왕조의 수도인 경주에 있습니다. 그 절은 동양에서 가장 이름난 건축물입니다.

Yết-nal xin-la-oang-chô-ê xu-tô-in kiơng-chu-ê ít xưm ni tà. Kư chơ-rưn tông-yang-ê-xơ ka-chang i-rưm-nan kơn-shúc-mul im ni tà.

– Hàn Quốc do có phong cảnh đẹp, khí hậu và con người tốt nên người ta gọi là đất nước có buổi sáng thanh bình.

한국은 풍경, 좋은 기후와 사람들 때문에 조용한 아침의 나라라고 불려오고 있습니다.

Han-ku-kưn phung-kiơng, chô-ưn ki-hu-oa xa-ram-tưl te-mun-nê chô-yông-han a-shi-mê na-ra-ra-kô bu-liơ-ô-kô ít xưm ni tà.

⌘ QUÁN RƯỢU   술집에서

Xul-chi-bê-xơ

– Tối nay uống rượu cùng với tôi nhé?

오늘밤 나와 함께 술 마시겠습니까?

Ô-nưl-bam na-oa-ham-cê xul ma-xi kết xưm ni cá?

– Vâng, tôi sẽ uống cùng ông.

네, 함께 갑시다.

Nê, ham-cê káp xi tà.

– Ở Hàn Quốc nơi uống rượu nổi tiếng nhất là ở đâu?

한국에서 가장 유명하게 술마시는 곳은 어디 입니까?

Han-ku-kê-xơ ka-chang yu-miơng-ha-kê xưl ma-xi-nưn kô-xưn ơ-ti im ni cá?

– Ở Mugyotong có rất nhiều quán bán rượu Macgoli.

무교동에는 많은 막걸리 술집이 있습니다.

Mu-kiô-tông-ê-nưn ma-nưn mác-kơ-ri xul-chi-bi ít xưm ni tà.

– Macgoli là gì?

막걸리란 무엇입니까?

Mác-kơ-ri-ran mu-ơ-xim ni cá?

– Nó là rượu gạo truyền thống của Hàn Quốc, nó không nặng lắm.

쌀로 빚은 가장 유명하고, 전통적인 한국 술입니다.

별로 독하지 않습니다.

Sal-lô bi=-chưn ka-chang yu-miơng-ha-kô, chơn-thông-chơ-kin han-kúc xul im ni tà. biơng-lô tốc-ha-chi an xưm ni tà.

– Với rượu Macgoli thì đồ nhắm nào là hợp nhất?

막걸리에는 어떤 안주가 적당합니까?

Mác-kơ-li-ê-nưn ơ-tơn an-chu-ka chốc-tang ham ni tà.

– Là bạch tuộc luộc, đậu phụ, và cả gỏi cá nữa.

삶은 낙지, 요리된 두부, 그리고 각종 생선회가

막걸리와 함께 접대됩니다.

Xal-mưn nác-chi, yơ-ri-tuên tu-bu, kư-ri-kô các-chông xeng-xơn-huê-ka mác-kơ-li oa ham-cê chớp-te tuêm ni tà.

– Một ấm Macgoli bao nhiêu tiền?
막걸리 한 주전자는 얼마입니까?
Mác-kơ-li han chu-chơn-cha-nưn ơl-ma im ni cá?

– Khoảng 800won.
보통 팔백 원입니다.
Bô-thông phal béc won im ni tà.

– Đồ nhắm kia giá bao nhiêu?
저 안주의 값은 얼마입니까?
Chơ an-chu-ê káp-xưn ơl-ma im ni cá?

– Rất nhiều nhân viên công ty của Hàn Quốc khi xong việc thường đến quán rượu.
수 많은 한국 회사원들은 일을 마친 후에 술집으로
몰려갑니다.
Xu ma-nưn han-kúc huê xa-wươn-tư-rưn i-rưl ma-shin hu-ê xul-chi-bư-rô môl-liơ-kam ni tà.

– Soju thì nặng hơn Macgoli.
소주는 막걸리보다 독합니다.
Xô-chu-nưn mác-kơ-li-bô-ta tốc ham ni tà.

– Jillo Soju là một trong những loại rượu nổi tiếng của Hàn Quốc.
진로 소주는 한국에서 가장 유명한 술 중의 하나입니다.
Chin-lô xô-chu-nưn han-ku-kê-xơ ka-chang yu-miơng-han xul chung-ê han-na im ni tà.

– Ở trong khách sạn ở Seoul có thể uống được nhiều loại rượu tây.

서울에 있는 호텔의 카페에서 여러 가지 종류의 외국

술을 마실 수가 있습니다.

Xơ-u-rê in-nưn hô-thê-rê ka-phê-ê-xơ yơ-rơ ka-chi chông-niu-ê uê-kúc xu-rưl ma-xil xu-ka ít xưm ni tà.

– Ông có biết tại Seoul con hẻm bạch tuộc ở đâu không?

서울에 있는 낙지 골목을 아십니까?

Xơ-u-rê in-nưn nác-chi kôl-mô-kưl a-xim ni cá?

– Nó nằm ở Mugyotong, ở đó rất nổi tiếng bởi món bạch tuộc xào ớt.

무교동에 있는데, 그곳은 매운 고추로 무친 낙지

안주로 유명합니다

Mu-kiô-thông-ê in-nưn-tê, kư kô-xưn me-un kô-shu-rô mu-shin nác-chi an-chu-rô yu-miơng ham ni tà.

– Nếu uống Macgoli thì rẻ hơn rượungoại.

막걸리를 마시면 외국 술을 마시는 것보다 쌉니다.

Mác-kơ-li-rưl ma-xi-miơn uê-kúc xu-rưl ma-xi-nưn kớt bô-ta sam ni tà.

– Đêm trước tôi đi uống rượu cùng với mấy người bạn thân.

지난밤 나는 친한 친구 몇 명과 많은 술집을 돌아 다녔습니다.

Chi-nan-bam na-nưn shin-han shin-ku mơn mơng-koa ma-nưn xul-chi-bửl tô-ra ta-niớt xưm ni tà.

제5장
일상 회화
Il-xang huê-hoa

ॐ CẢM ƠN　　　감사합니다
Kam-xa-ham ni tà

- Xin lỗi cho tôi hỏi đường trung tâm ở đâu?
실례지만 중앙청이 어디 있습니까?
Xil-liê-chi-man chung-ang-shơng-I ơ-ti ít xưm ni cá?

- Ông đi qua đường rồi rẽ trái, dễ tìm lắm.
길을건너서 왼쪽으로 가십시오. 쉽게 찾을 겁니다.
Ki-rưl kơn-nơ-xơ uên-chô-kư-rô ka xíp xi ô. Xúyp-kê sha-chưl kơm ni tà.

- Xin cảm ơn.
감사합니다.
Kam-xa ham ni tà.

- Không có gì.
천만에요.
Shơn-ma-nê-yô.

- Xin cảm ơn ông. Tôi đã uống cà-phê rất ngon.
커피 감사합니다, 잘 마셨습니다.
Khơ-phi kam-xa ham ni tà, chal ma-xiớt xưm ni tà.

- Xin cảm ơn vì đã gửi hoa cho tôi.
꽃을 보내줘서 감사합니다.
Cô-shưl bô-ne-chươ-xơ kam-xa ham ni tà.

– Mong ông mau bình phục.
빨리 쾌유하시기를 바랍니다.
Pal-li khoe-yu-ha-xi-ki-rưl ba-ram ni tà.

– Cảm ơn ông đã ra tiễn.
전송을 나와 주셔서 감사합니다.
Chơn-xông-ưl na oa chu-xiơ-xơ kam-xa ham ni tà.

– Ông đi bình an nhé.
잘 다녀 오시기를 바랍니다.
Chal ta-niơ ô-xi-ki-rưl ba-ram ni tà.

– Cảm ơn ông đã mời.
초대해 주셔서 감사합니다.
Shô-te-he chu-xiơ-xơ kam-xa ham ni tà.

– Mong ông dự tiệc vui vẻ.
파티가 즐거우셨기를 바랍니다.
Pha-thi-ka chưl-kơ-u-xiớt-ki-rưl ba-ram ni tà.

– Cảm ơn vì món quà của ông.
선물 감사합니다.
Xơn-mul kam-xa ham ni tà.

– Không biết ông có vui lòng không ?
마음에 드실런지요 ?
Ma-ư-mê tư-xil-lơn-chi-yố?

ॐ KHI NÀO THÌ SINH NHẬT?

생일이 언제입니까?

Xeng-i-ri ơn-chê im ni cá?

– Hôm nay tôi có dùng xe được không? Tôi định đi phòng răng.

오늘 오후에 차 좀 쓸 수 있습니까? 치과에 볼 일이 있습니다.

Ô-nưl ô-hu-ê sha chôm sưl xu ít xưm ni cá? Shi-koa-ê bôl i-ri ít xưm ni tà.

– Được ạ. Ông hẹn mấy giờ?

좋습니다. 약속 시간이 언제이지요?

Chốt xưm ni tà. Yác-xốc xi-ka-ni ơn-chê im ni cá?

– 2 giờ.

두 시입니다.

Tu xi im ni tà.

– Tôi sẽ gửi xe cho ông lúc 1 giờ rưỡi.

한시 반에 차를 보내겠습니다.

Han-xi ba-nê sha-rưl bô-ne kết xưm ni tà.

– Khi nào thì sinh nhật ?

생일이 언제입니까?

Xeng-i-ri ơn-chê im ni cá?

– Ngày 15 tháng 10.

시월 십오일입니다.

Xi wươl xíp ô il im ni tà.

– Giờ đầu là mấy giờ?

첫 시간이 언제 있습니까?

Shớt xi-ka-ni ơn-chê ít xưm ni cá?

– 9 giờ.

아홉 시에 있습니다.

A-hốp-xi-ê ít xưm ni tà.

– Khi nào ông nghỉ phép?

휴가가 언제입니까?

Hyu-ka-ka ơn-chê im ni cá?

– Tôi định khoảng tháng 8.

팔월 중으로 택할 생각입니다.

Phal-wươl chung-ư-rô théc-hal xeng-kác im ni tà.

– United Nation (UNESCO) thành lập ngày nào ?

유엔의 날이 언제입니까?

Yu-ê-nê na-ri ơn-chê im ni cá?

– Ngày 24 tháng 10.

시월 이십사 일입니다.

Xi wươl I xíp xa il im ni tà.

– Giờ ăn trưa là mấy giờ?

점심 시간이 언제입니까?

Chơm-xim xi-ka-ni ơn-chê im ni cá?

– Khoảng từ 1 giờ tới 2 giờ.

보통 한 시부터 두 시까지입니다.

Bô-thông han xi bu-thơ tu xi ca-chi im ni cá?

ॐ NẾU CÓ .... LÀ XONG À ?

얼마나 있으면 끝납니까?

Ơl-ma-na ít-xư-miơn cưn-nam ni cá?

– Xin chào. Có ông Kim không?

안녕하십니까? 김 선생님 계시나요?

An-niơng-ha xim ni cá? Kim xơng-xeng-nim kie-xi-na yố?

– Tôi xin lỗi, bây giờ ông ấy đang họp.

미안합니다, 지금 회의 중입니다.

Mi-an ham ni tà, chi-kưm huê-ê chung im ni tà.

– Khi nào thì ông ấy họp xong?

얼마나 있으면 끝납니까?

Ơl-ma-na ít-xư-miơn cưn-nam ni cá?

– Khoảng 20 phút nữa thì xong. Ông có đợi không?

약 이 십분 후면 끝납니다. 기다리겠습니까?

Yác I xíp bun hu-miơn cưn nam ni cá? Ki-ta-ri kết xưm ni cá?

– Buổi chiều tôi sẽ ghé lại.

오후에 들르겠습니다.

Ô-hu-ê tưl-lư kết xưm ni tà.

– Khoảng mấy giờ ông sẽ ghé lại?

얼마나 있으면 돌아오시겠습니까?

Ơl-ma-na ít-xư-miơn tô-ra-ô-xi kết xưm ni cá?

– Tôi sẽ đến trước 12 giờ.

열두시 전에 돌아오겠습니다.

Yơl tu xi chơ-nê tô-ra-ô kết xưm ni tà.

– Ông vẫn chưa xong à?

준비는 아직 멀었습니까?

Chun-bi-nưn a-chíc mơ-rớt xưm ni tà.

– Xong ngay đây.

금방 됩니다.

Kưm-bang tuêm ni tà.

– Khi nào thì ông tới?

얼마나 있으면 올 수 있겠습니까?

Ơl-ma-na ít-xư-miơn ôl xu ít kết xưm ni cá?

– Tôi mặc quần áo xong sẽ đi ngay.

옷을 갈아 입는 대로 가겠습니다.

Ô-xưl ka-ra íp-nưn te-rô ka-kết xưm ni tà.

– Khi nào thì ông rời Seoul?

언제쯤 서울 떠나십니까?

Ơn-chê-chưm xơ-ul tơ-na xim ni cá?

– Khoảng đầu tuần tôi sẽ đi.

내주 초에 떠납니다.

Ne-chu shô-ê tơ-nam ni tà.

ॐ HÔM NAY KHÔNG CẦN XONG ĐÂU

오늘 끝낼 필요는 없습니다

Ô-nừl cừn-nel phi-rô-từn ớp xừm ni tà

– Ông đã viết thư xong hết chưa?

편지 다 쓰셨습니까?

Phiơn-chi ta xừ xiớt xừm ni cá?

– Vâng, chỉ cần gửi nữa thôi.

네, 부치기만 하면 됩니다.

Nê, bu-shi-ki-man ha-miơn tuêm ni tà.

– Đánh máy cho tôi với?

이것 타자 좀 쳐 주시겠습니까?

I kớt tha-cha chôm shiơ chu xi kết xừm ni cá?

– Vâng, chiều nay tôi sẽ làm.

네, 오늘 오후에 해 드리겠습니다.

Nê, ô-nừl ô-hu-ê he từ-ri kết xừm ni tà.

– Hôm nay không cần xong cũng được, tôi không cần đến trước thứ Bảy.

오늘 끝내지 않아도 됩니다, 토요일까지는 필요하지 않습니다.

Ô-nừl cừn-ne-chi a-na-tô tuêm ni tà, thô-yô-il ca-chi-nừn phi-riô-ha-chi an xừm ni tà.

– Để tôi đưa xe ra đón nhé?
제 차로 모시러 갈까요?
Chê sha-rô mô-xi-rơ kal ca yố?

– Thôi, không cần đâu.
아니, 그럴 필요 없습니다.
Ni, kư-rơl phi-riô ớp xưm ni tà.

– Phải về trước 12 giờ sao?
열두 시까지 돌아와야 합니까?
Yơl tư xi ca-chi tô-ra-oa ya ham ni cá?

– Không, không cần phải như vậy đâu.
아니, 그럴 필요 없습니다.
A-ni, kư-rơl phi-riô ớp xưm ni tà.

– Không cần phải đưa lại cũng được.
그거 돌려 주지 않아도 좋습니다.
Kư kơ tôl-liơ chu-chi a-na-tô chốt xưm ni tà.

– Ý ông nói là tôi cứ giữ lấy à?
아주 가져도 좋다는 말씀입니까?
A-chu ka-chiơ-tô chốt-ta-nưn mal-sưm im ni cá?

– Không cần phải đến như vậy đâu.
일부러 오실 필요는 없습니다.
Il bu-rơ ô-xil phi-riô-nưn ớp xưm ni tà.

– Không sao. Giờ tôi không bận đâu.

괜찮습니다. 지금 바쁘지 않으니까요.

Koen-shạn xưm ni tà. Chi-kưm ba-bư-chi a-nư ni ca yô.

– Mình đi thôi. Đã 11 giờ rồi.

빨리 갑시다. 벌써 열 한시입니다.

Pal-li káp xi tà. Bơl-sơ yơl han xi im ni tà.

– Ông đã ăn kim chi khi nào chưa?

김치를 먹어 본 적이 있습니까?

Kim-shi-rưl mơ-kơ bôn chơ-ki ít xưm ni cá?

– Tôi ăn thường xuyên.

네, 자주 먹습니다.

Nê, cha-chu mớt xưm ni tà.

– Kim chi thế nào?

김치는 어떤 것입니까?

Kim-shi-nưn ơ-tơn kơ-xim ni cá?

– Là loại bắp cải muối cho ớt bột vào.

배추를 절여서 고추를 넣는 것입니다.

Be-shu-rưl chơ-riơ-xơ kô-shu-rưl nơ-nưn kơ-xim ni tà.

– Tôi nghe nói là nó cay lắm.

아주 맵다던데요.

Chu mép-ta-tơn-tê-yô.

– Cay nhưng mà sẽ quen thôi.

맵지만 익숙해 집니다.

Mép-chi-man íc-xúc-he-chim ni tà.

– Ông đã đến cung Kyongbuk chưa?.

경복궁에 가 본 적이 있으십니까?

Kiơng-búc-kung-ê ka bôn chơ-ki ít-xư xim ni cá?

– Tháng 5 tôi đã đến cùng với bọn trẻ.

네, 오월에 아이들과 함께 갔습니다.

Nê, ô wươ-rê a-i-tưl-koa ham-ce kát xưm ni tà.

– Ông đã học Piano lần nào chưa?

피아노 레슨을 받아 본 적이 있습니까?

Phi-a-nô rê-xư-nưl ba-ta bôn chơ-ki ít xưm ni cá?

– Chưa, tôi đã học ghi-ta rồi.

아니오, 기타를 배웠습니다.

Ni-ô, ki-tha-rưl be-wướt xưm ni tà.

– Vâng, tôi đã học trong 3 năm cấp 3.

네, 고등학교 때 삼년 배웠습니다

Nê, kô-tưng hắc-kiô te xam-niơn be wướt xưm ni tà.

– Ông đã từng ăn Bugogi chưa?

고기를 먹어 본 적이 있습니까?

Kô-ki-rưl mơ-kơ bôn chơ-ki ít xưm ni cá?

– Vâng, ăn rất ngon.

네, 아주 맛이 좋습니다.

Nê, a-chu ma-xi chốt xưm ni tà.

– Ông đã đọc thử sách này chưa?

이 책을 읽어 보셨습니까?

I she-kưl il-kơ bô xiớt xưm ni cá?

– Vâng, nó rất hay.

네, 퍽 재미있게 읽었습니다.

Nê, phớc che-mi-ít-kê il-kớt xưm ni tà.

ॐ ÔNG ĐÃ ĐI ĐÂU?   어디를 또 가셨습니까?

Ơ-ti-rửl tô ka-xiớt xửm ni cá?

- Đi du lịch có vui không?

여행은 즐거웠습니까?

Yơ-heng-ửn chửl-kơ-wuớt xửm ni cá?

- Rất vui, tôi đã đến Techeon.

매우 즐거웠습니다, 대천에서 수영 했습니다.

Me-u chửl kơ-wuớt xửm ni tà, te-shơ-nê-xơ xu-yơng hét xửm ni tà.

- Ông đã đi đâu?

어디 또 갔습니까?

Ơ-ti tô kát xửm ni cá?

- Tôi đã ở lại đảo Jeju 2 ngày.

제주도에서 이틀을 머물렀습니다.

Chê-chu-tô-ê-xơ i-thử-rửl mul-liớt xửm ni tà.

- Tôi đã ở lại Mokfo 4 đêm.

목포에서 사홀밤을 묵었습니다.

Mốc-phô-ê-xơ xa-hửl-ba-mửl mu-kớt xửm ni tà.

- Vì vậy mà da cháy nắng hết.

그래서 그렇게 얼굴이 탈 수밖에 없었군요.

Kư-re-xơ kư-rớt-khê ơl-ku-ri thal xu-bác-kê ốp-xớt-ku-niô.

– Ông còn cần gì nữa không?
또 무엇이 필요합니까?
Tô mu-ơ-xi phi-riô-ham ni cá?

– Một cái nữa. Ông có máy chụp hình không?
한 가지 있는데요. 카메라가 있습니까?
Ha ka-chi in-nưn-tê-yô. Kha-mê-ra-ka ít xưm ni cá?

– Ông có muốn biết thêm gì nữa không?
또 알고 싶은 것이 무엇입니까?
Tô al-kô xi-phưn kơ-xi mu-ơ-xim ni cá?

– Giờ tôi chỉ nghĩ ra có thế thôi.
지금 생각나는 것은 그것뿐입니다.
Chi-kưm xeng-kác-na-nưn kơ-xưn kư kớt pun im ni tà.

– Ở hội nghị ấy có ai tham dự vậy?
그 회의에는 또 누가 참석했습니까?
Kư huê-ưi-ê-nưn tô nu-ka sham-xớt hét xưm ni cá?

– Có mấy nhà kinh doanh từ Mỹ về tham gia.
미국에서 온 몇 명의 실업가가 있었습니다.
Mi-ku-kê-xơ ôn miớt miơng-ê xi-rớp-ka-ka it-xớt xưm ni tà.

– Với tính cách như vậy thì đi đâu làm sao mà sống nổi?
놋그릇을 또 어디 가면 살 수 있습니까?
Nốt kư-rư-xưl tô ơ-ti ka-miơn xal xu ít xưm ni cá?

– Đi siêu thị sẽ có nhiều đồ tốt.

백화점에 가면 좋은 것이 있습니다.

Béc-hoa-chơ-mê ka-miơn chô-ưn kơ-xi ít xưm ni tà.

ॐ TỐI MAI THÌ THẾ NÀO?

내일 밤온 어떻습니까?

Ne-il ba-mưn ơ-tớt xưm ni cá?

– Tối nay ông có đi chơi bowling không?

오늘 저녁에 볼링치러 가시겠습니까?

Ô-nưl chơ-niơ-kê bôl-ling-shi-rơ ka-xi kết xưm ni cá?

– Tôi xin lỗi, tôi có hẹn rồi.

미안합니다, 만날 사람이 있어서요.

Mi-an ham ni tà, man-nal xa-ra-mi ít-xơ-xơ-yô.

– Tối ngày mai thì thế nào ạ?

내일 저녁엔 어떻습니까?

Ne-il chơ-niơ-kên ơ-tớt xưm ni cá?

– Được rồi, tối mai tôi có thời gian.

좋습니다, 내일 저녁엔 한가합니다.

Chốt xưm ni tà, ne-il chơ-niơ-kên han-ka-ham ni tà.

– Chúng ta ăn tối trước nhé?

우리 저녁부터 먼저 먹을까요?

U-ri chơ-niức bu-thơ mơn-chơ mơ-kưl ca yô?

– Tốt quá, tôi sẽ chuẩn bị lúc 7 giờ.

좋습니다, 일곱 시에 준비하겠습니다.

Chốt xưm ni tà, il-kốp-xi-ê chun-bi-ha kết xưm ni tà.

– Tối nay thì thế nào?

오늘 저녁은 어떻습니까?

Ô-nưl chơ-niơ-kưn ơ-tớt xưm ni cá?

– Tôi xin lỗi, tối nay tôi có hẹn rồi. Tối ngày mốt thì thế nào?

미안합니다, 오늘 저녁에 데이트가 있습니다. 내일

모레는 어떻습니까?

Mi-an-ham ni tà, ô-nưl chơ-niơ-kê tê-i-thư-ka ít xưm ni tà.
Ne-il mô-rê-nưn ơ-tớt xưm ni cá?

– Cái này thế nào?

이건 어떻습니까?

I-kơn ơ-tớt xưm ni cá?

– Không được rồi, tôi thích cái bên cạnh kia.

안되겠습니다, 그 옆에 것이 마음에 듭니다.

An-tuê kết xưm ni tà, kư yơ-phê kơ-xi ma-ư-mê tưm ni tà.

– Mình đi xem phim nhé?

영화 구경 가는 것이 어떻습니까?

Yơng-hoa ku-kiơng ka-nưn kơ-xi ơ-tớt xưm ni cá?

– Vậy thì tốt quá!

좋은 얘기입니다.

Chô-ưn ye-I im ni tà.

– Ông muốn uống gì?

뭣 좀 마시겠습니까?

Mu-ớt chôm ma-xi kết xưm ni cá?

– Không, tôi vừa uống cà-phê rồi.

아닙니다, 금방 커피를 마셨습니다.

A-nim ni tà, kưm-bang khơ-phi-rưl ma-xiớt xưm ni tà.

– Ông muốn nghe nhạc gì?

무슨 레코드를 듣고 싶습니까?

Mu-xưn rê-khô-tư-rưl tứt-kô xíp xưm ni cá?

– Arirang thì thế nào?

아리랑은 어떻습니까?

A-ri-rang-ưn ơ-tớt xưm ni cá?

ॐ ĂN RẤT NGON

먹어 볼 만합니다

Mơ-kơ bôl man-ham ni tà

– Tôi sẽ ăn bít-tết.

난 스테이크를 먹겠습니다.

Nan xư-tê-i-khư-rưl mớc kết xưm ni tà.

– Tôi yêu cầu món gì nhé?

난 무엇을 주문 할까요?

Nan mu-ơ-xưl chu-mun hal ca yô?

– Nếu ông thích ăn đồ biển thì nên ăn tôm đi, ăn cũng ngon lắm.

해물을 즐기신다면 새우를 드십시오, 먹을 만합니다.

He-mu-rưl chưl-ki-xin-ta-miơn xe-u-rưl tư xíp xi ô, mơ-kưl man ham ni tà.

– Được rồi, cũng đã lâu rồi tôi không ăn tôm.

좋습니다, 새우 먹어 본 지가 아주 오래 되었습니다.

Chốt xưm ni tà, xe-u mơ-kơ bôn chi-ka a-chu ô-te tuê ớt xưm ni tà.

– Bộ phim ấy có hay không?

그 영화 좋았습니까?

Kư yơng-hoa chốt xưm ni cá?

– Tôi nghĩ là xem cũng được.

네, 볼 만하다고 생각합니다.

Nê, bôl man ha-ta-kô xeng-kác ham ni tà.

– Ông thấy sách này thế nào?

이 책을 어떻게 생각하십니까?

I she-kưl ơ-tơ-khê xeng-kác ha xim ni cá?

– Đọc cũng được lắm.

읽을 만합니다.

Il-kưl man ham ni tà.

– Anh có nghĩ là Sở thú đáng đi xem không?

동물원에 가 볼 만하다고 생각합니까?

Tông-mu-rươ-nê ka bôl man-ha-ta-kô xeng-kác ham ni cá?

– Vâng, tôi thấy cũng hay lắm nhất là mùa xuân.

아! 네, 특히 봄에 좋습니다.

A! nê, thức-khi bô-mê chốt xưm ni tà.

– Bây giờ mua áo mùa hè có được không?

지금 하복을 사도 되겠습니까?

Chi-kưm ha-bô-kưl xa-tô tuê kết xưm ni cá?

– Không được đâu. Đợi đến sang năm đi nhé?

안돼요. 내년까지 기다리지 그러세요?

An-tuê-ơ-yô. Ne-niơn ca-chi ki-ta-ri-chi kư-rơ xê yố?

☸ ĐỂ TÔI THAY MẶT ĐƯA CHO

제가 대신 갖다 드리겠습니다

Chê-ka te-xin kát-ta tư-ri kết xưm ni tà

– Xin chào. Ông định đi đâu đấy?

안녕하세요? 어디 가십니까?

An-niơng haxê yố? Ơ-ti ka xim ni cá?

– Tôi định mang cái này đến cho ông Kim. Sáng nay ông ấy để quên.

이것을 김 선생님에게 가지고 가는 길입니다. 오늘 아침에 잊어버리고 그냥 갔습니다.

I kơ-xưl kim xơn-xeng-ni-mê-kê ka-chi-kô ka-nưn kil im ni tà. Ô-nưl a-shi-mê it-chơ-bơ-ri-kô kư-niang kát xưm ni tà.

– Tôi đi qua văn phòng ấy đây. Để tôi mang đến cho.

난 그의 사무실을 지나갑니다. 제가 대신 갖다 드리겠습니다.

Nan kư-ê xa-mu-xi-rưl chi-na-kam ni tà. Chê-ka te-xin kát-ta tư-ri kết xưm ni tà.

– Cảm ơn ông. Vậy tôi không phải đi cũng được.

고맙습니다. 그럼 안 가도 되겠군요.

Kô-máp xưm ni tà. Kư-rơm an ka-tô tuê kết ku-niô.

– Ông đọc hết báo rồi à?

신문 다 읽으셨습니까?

Xin-mun ta il kư xiớt xưm ni cá?

– Vâng, ông mang về đọc đi.

네, 가져다 읽으십시오.

Nê, ka-chiơ-ta il-kư xíp xi ô.

– Tiện đường đi ông mang quyển sách này cho ông Kim giùm tôi được không?

가는 길에 이 책을 김 선생님에게 전해 주시겠습니까?

Ka-nưn ki-rê I she-kưl kim xơn-xeng-ni-mê-kê chơn-he chu xi kết xưm ni cá?

– Vậy thì tốt quá.

그렇게 해 주시면 고맙겠습니다.

Kư-rơ-khê he chu-xi-miơn kô-máp kết xưm ni tà.

– Tôi định đưa cô ấy đi chơi sở thú?

그 여자를 동물원에 데리고 가실겁니까?

Ku yơ-cha-rưl tông-mu-rươ-nê tê-ri-kô ka xil kơm ni cá?

– Tôi cũng định đưa bọn trẻ đi sở thú đây.

네, 우리 아이들도 같이 데리고 갈겁니다.

Nê, u-ri a-i-tưl-tô ka-shi tê-ri-kô kal-kơm ni tà.

– Cảm ơn ông đã cho tôi mượn sách này.

이 책을 빌려 줘서 고맙습니다.

I she-kưl bil-liơ chuơ-xơ kô-máp xưm ni tà.

✿ CHẮC CHẮN LÀ ĐÃ MẤT RỒI

잃어버린 것이 틀림없습니다

I-rơ-bơ-rin kơ-xi thưl-lim ớp xưm ni tà

— Tôi không thể tìm được chìa khóa của tôi để ở đâu, chắc là mất rồi.

내 열쇠를 어디 두었는지 못 찾겠습니다, 잃어버린 것이 분명합니다.

Ne yơl-xuê-rư! ơ-ti tu-ớt-nưn-chi mốt shát kết xưm ni tà, i-rơ-bơ-rin kơ-xi bun-miơng ham ni tà.

— Ông đã tìm trong túi xách chưa?

핸드백 안을 찾아 보았습니까?

Hen-tư-béc a-nưl sha-cha bô-át xưm ni cá?

— Phải tìm lại xem.

네, 다시 찾아 보지요.

Nê, ta-xi sha-cha bô-chi yô.

— Ông tìm kỹ lại nhé!

이번에는 잘 찾아 보십시오!

I bơ-nê-nưn chal sha-cha bô xíp xi ô!

— A, đây rồi.

아! 여기 있습니다.

A! yơ-ki ít xưm ni tà.

– Rõ ràng là tôi đã gặp ông ở đâu đó rồi.
어디서 분명히 본 것 같습니다.
Ơ-ti-xơ bun-miơng-hi bôn kớt kát xưm ni tà.

– Vâng, chúng ta đã gặp nhau vào mùa hè năm ngoái.
그렇습니다, 작년 여름에 만났습니다.
Kư-rớt xưm ni tà, chang-niơn yơ-rư-mê man nát xưm ni tà.

– Rõ ràng tôi đã để nó ở nhà.
그것을 분명히 집에 두고 왔습니다.
Kư kơ-xưl bun-miơng-hi chi-bê tu-kô oát xưm ni tà.

– Ngày mai ông đừng quên mà hãy mang nó tới đây nhé.
내일은 잊지 말고 가져 오십시오.
Ne-i-rưn ít-chi mal-kô ka-chiơ ô xíp xi ô.

– Đúng là tôi đã có lần gặp ông ấy.
분명히 그와는 전에 만난적이 있습니다.
*Bun-miơng-hi kư-woa-nưn chơ-nê man nan-chơ-ki ít xưm
ni tà.*

– Tôi thì không nghĩ như vậy.
나는 그렇게 생각하지 않습니다.
Na-nưn kư-rơ-khê xeng-kác-ha-chi an xưm ni tà.

– Không, tôi đã không làm.
아니오, 안했습니다.
A-ni-ô, an hét xưm ni tà.

– Chắc chắn là anh ta đã lỡ tàu.

그는 틀림없이 기차를 놓쳤을 겁니다.

Kư-nưn thưl-lim ớp-xi ki-sha-rư nô-shiớt-xưl kơm ni tà.

ॐ NẾU ÔNG BỎ THUỐC THÌ SẼ TỐT HƠN

담배를 끊는편이 좋겠습니다

Tam-be-rư cưn-nưn phiơ-ni chô kết xưm ni tà

– Ho nặng quá, có lẽ không đỡ đâu.

기침이 대단히 심합니다, 아무래도 안 떨어지는데요.

Ki-shi-mi te-tan-hi xim ham ni tà, a-mu-re-tô an tơ-rơ-chi-nưn-tê-yô.

– Chắc là ông phải bỏ thuốc thôi.

담배를 끊는 편이 좋겠습니다.

Tam-be-rư cưn-nưn phiơ-ni chốt kết xưm ni tà.

– Tôi đã định bỏ rồi mà không được.

끊으려고 해도 안 됩니다.

Cư-nư-riơ-kô he-tô an tuêm ni tà.

– Ông nên hút giảm đi mỗi ngày. Tôi cũng đã bỏ thuốc như vậy đấy.

담배를 매일 조금씩 줄여 보십시오. 저도 그렇게 끊었습니다.

Tam-be-rư me-il chô-kưm-síc chu-riơ bôbxíp xi ô. Chơ-tô kư-rớt-khê cư-nớt xưm ni tà.

– Ông cũng nên tập thể thao nữa.

운동 좀 하는 편이 좋겠습니다.

Un-tông chôm ha-nưn phiơ-ni chô kết xưm ni tà.

– Chủ nhật nào tôi cũng đi leo núi.

일요일마다 등산을 하고 있습니다.

I-riô-il ma-ta tưng-xa-nưl ha-kô ít xưm ni tà.

– Phải giữ gìn sức khỏe thôi.

몸 조심 해야 겠습니다.

Môm chô-xim he-ya kết xưm ni tà.

– Tuần này tôi định nghỉ.

이번 주말엔 좀 쉴까 합니다.

I-bơn chu-ma-rên chôm xuyl ca ham ni tà.

– Ông nên điện thoại cho vợ đi.

아내에게 전화를 하는 편이 좋겠습니다.

A-ne-ê-kê chơn-hoa-rưl ha-nưn phiơ-ni chô kết xưm ni tà.

– Vâng, có lẽ cô ấy đang đợi.

네, 기다리고 있을지도 모르지요.

Nê, ki-ta-ri-kô ít xưl-chi tô mô-rư-chi yô.

– Ông không nên ở lại lâu.

너무 오래 있지 않는 편이 좋겠습니다.

Nơ-mu ô-re ít-chi an-nưn phiơ-ni chô kết xưm ni tà.

– Không sao đâu, tôi lúc nào cũng có thời gian.

괜찮습니다, 시간은 얼마든지 있습니다.

Koen-shan xưm ni tà, xi-ka-nưn ơl-ma-tưn-chi ít xưm ni tà.

– Không nên đến tận khuya mới về.

너무 늦게까지 돌아다니지 않는 편이 좋겠습니다.

Nơ-mu nứt-kê-ca-chi tô-ra-ta-ni-chi an-nưn phiơ-ni chô kết xưm ni tà.

– Gần đến giờ giới nghiêm rồi.

통금 시간이 거의 다 되었습니다.

Thông-kưm xi-ka-ni kơ-ưi ta tuê ớt xưm ni tà.

ॐ ÔNG ĐÃ MUA Ở ĐÂU VẬY?

어디서 사셨습니까?

Ơ-ti-xơ xa xiớt xưm ni cá?

– Tôi thấy cái cà-vạt rất đẹp. Xin lỗi bà mua ở đâu vậy?

넥타이가 퍽 마음에 듭니다. 실례지만 어디서 사셨습
니까?

Nếc-tha-i-ka phớc ma-ư-mê tưm ni tà. Xil-liê-chi-man ơ-ti-xơ xa-xiớt xưm ni cá?

– Tôi mua ở …. Trên tầng 3 có cửa hàng bán cà-vạt.

...에서 샀습니다. 삼 층에 넥타이 가게가 있습니다.

....ê-xơ xát xưm ni tà. Xam shưng-ê nếc-tha-I ka-kê-ka ít xưm ni tà.

– Tôi cũng muốn mua cho chồng tôi một cái.

나도 남편 것을 하나 사고 싶습니다.

Na-tô nam-phiơn kơ-xưl ha-na xa-kô xíp xưm ni tà.

– Để tôi dẫn bà đi nhé !

제가 지금 안내해 드리지요.

Chê-ka chi-kưm an-ne-he tư-ri chi yố?

– Tôi xin lỗi, nhưng bà bao nhiêu tuổi?

실례지만, 나이가 어떻게 됐습니까?

Xil-liê-chi-man, na-i-ka ơ-tơ-khê tuê ớt xưm ni cá?

– Tôi hơn 40 rồi.

마흔이 갓 넘었습니다.

Ma-hư-ni kát nơ-mớt xưm ni tà.

– Xin lỗi, thế bà làm nghề gì?

실례지만, 무슨 사업을 하십니까?

Xil-liê-chi-man, mu-xưn xa-ơ-bưl ha xim ni cá?

– Tôi đang làm xuất nhập khẩu.

수출업을 하고 있습니다.

Xu-chu-rơ-bưl ha-kô ít xưm ni tà.

– Xin lỗi bà, quê bà ở đâu?

실례지만, 고향이 어디십니까?

Xil-liê-chi-man, kô-hiang-I ơ-ti xim ni cá?

– Ở Jungjeongdo.

충청도 입니다.

Shung-shung-tô im ni tà.

– Xin lỗi bà, bà đã mua nó bao nhiêu tiền vậy?

실례지만, 얼마에 사셨습니까?

Xil-liê-chi-man, ơl-ma-ê xa xiớt xưm ni cá?

– 35 ngàn won.

삼만 오천 원을 주었습니다.

Xam man ô shơn wo-nưl chu ớt xưm ni tà.

– Xin lỗi, bà có hay đến đây không?

실례지만, 여기 자주 오십니까?

Xil-liê chi-man, yơ-ki cha-chu o xim ni cá?

– Tôi đến đây một tháng khoảng 2 lần.

한 달에 두 번 정도 옵니다.

Han ta-rê tu bơn chơng-tô ôm ni tà.

ॐ MONG RẰNG ÔNG THÍCH NÓ

마음에 들기를 바랍니다

Ma-ư-mê tưl-ki-rưl ba-ram ni tà

– Ông có nhìn thấy bản báo cáo của tôi không? Tôi đã để nó trên bàn mà không thấy đâu cả.

내 보고서를 보셨습니까? 책상 위에 두었는데 없습니다.

Ne bô-kô-xơ-rưl bô xiớt xưm ni cá? Shéc-xang uy-ê tu-ớt-nưn-tê ớp xưm ni tà.

– Ở đây. Tôi đã đánh máy lại rồi.

여기 있습니다. 제가 타자를 다시 쳤습니다.

Yơ-ki ít xưm ni tà. Chê-ka tha-cha-rưl ta-xi shiớt xưm ni tà.

– Xin cảm ơn, ông Park bây giờ đang cần nó.

감사합니다, 박 선생님이 달라고 해서요.

Kam-xam ham ni tà, bác xơn-xeng-ni-mi tal-la-kô he-xơ yô.

– Hy vọng rằng ông ấy sẽ vừa lòng.

그 분 마음에 들기를 바랍니다.

Kư bun ma-ư-mê tul-ki-rưl ba-ram ni tà.

– Tôi đang trên đường đi dự tiệc.

파티에 가는 길입니다.

Pha-thi-ê ka-nưn ki-rim ni tà.

– Hy vọng là ông có một bữa tiệc vui vẻ.

잘 놀고 오시기 바랍니다.

Chal nôl-kô ô-xi-ki ba-ram ni tà.

– Tôi đang chuẩn bị đi nghỉ phép.

난 휴가 갈 준비를 하고 있습니다.

Nan hiu-ka kal chun-bi-rưl ha-kô ít xưm ni tà.

– Hy vọng là ông đi vui vẻ.

잘 다녀 오시길 바랍니다.

Chal ta-niơ ô-xi-kil ba-ram ni tà.

– Vẫn còn sốt lắm.

아직 열이 좀 있습니다.

A-chíc yơ-ri chôm ít xưm ni tà.

– Mong ông mau khỏe.

곧 낫기를 바랍니다.

Kốt nát-ki-rưl ba-ram ni tà.

– Thứ Hai chúng ta gặp lại nhé.

월요일에 다시 뵙겠습니다.

Wuơ-riô-i-rê ta-xi buếp kết xưm ni tà.

– Chúc ông cuối tuần vui vẻ.

주말을 잘 지내시길 바랍니다.

Chu-ma-rứl chal chi-ne-xi-kil ba-ram ni tà.

– Tôi không biết là ông thích món ăn cay.

매운 음식을 좋아하시는지 모르겠습니다.

Me-un ưm-xi-kứl chô-a-ha-xi-nưn-chi mô-rư kết xưm ni tà.

– Có lẽ trời mưa.

비가 올 것 같습니다.

Bi-ka ôl kớt kát xưm ni tà.

– Hy vọng là cô ấy mang áo mưa đi.

그녀가 우산을 가지고 왔으면 좋겠습니다.

Kư nơ-ka u-xa-nứl ka-chi-kô oát-xư-mơn chô kết xưm ni tà.

ॐ CHỈ CẦN MỘT TỜ THÔI

단 한 장이면 되겠습니다

Tan han chang-i-mơn tuê kết xưm ni tà

– Tôi muốn nhờ việc này được không?

부탁이 한 가지 있는데요?

Bu-tha-ki han ka-chi in-nưn-tê yô?

– Vâng, có chuyện gì thế?

네, 무엇입니까?

Nê, mu-ơ-xim ni cá?

– Cô đánh máy bức thư này giùm tôi được không?

이 편지 좀 타자 쳐 주시겠습니까?

I phơn-chi chôm tha-cha shiơ chu xi kết xưm ni cá?

– Vâng, tôi sẽ làm ngay. Đánh thành mấy trang ?

좋습니다. 지금 곧 해 드리겠습니다. 몇 장이나

만들까요?

Chốt xưm ni tà, chi-kưm kốt he tư-ri kết xưm ni tà. Miớt chang-i-na man-tưl ca yố?

– Chỉ cần một trang thôi.

한 장이면 됩니다.

Han chang-i-mơn tuêm ni tà.

– Chữ to thế này là được chứ?

이 정도 크기면 되겠습니까?

I chơng-tô khư-ki-mơn tuê kết xưm ni cá?

– Không được rồi, làm chữ to hơn đi.

그건 안 되겠습니다, 좀 더 큰 걸로 주십시오.

Kư kơn an tuê kết xưm ni tà, chôm tơ khưn kơl-lô chu xíp xi ô.

– Ông có thích loại nào đặc biệt không?

특히 좋아하는 종류가 있습니까?

Thức-khi chô-a-ha-nưn chông-niu-ka ít xưm ni cá?

– Cái nào tôi cũng thích.

뭐든지 좋습니다.

Mu-ơ-tưn-chi chốt xưm ni tà.

– Ông cần cái mới à?

새 것이 필요합니까?

Xe cơ-xi phi-riô ham ni cá?

– Không, cái cũ cũng được mà.

아닙니다. 낡은 것도 좋습니다.

A-nim ni tà, nal-kưn kớt-tô chốt xưm ni tà.

– Màu đỏ có được không?

빨간색 이면 됩니까?

Pal-kan xe-ki-miơn tuêm ni cá?

– Không, phải là màu xanh.

아닙니다. 청색이 있어야 합니다.

A-nim ni tà, shơng-xe-ki ít-xơ-ya ham ni tà.

☸ CÓ LẼ MUỘN RỒI

늦을 것 같습니다
Nư-chưl kớt kát xưm ni tà

– Có lẽ là muộn rồi.
늦을 것 같습니다.
Nư-chưl kớt kát xưm ni tà.

– Thời gian còn bao lâu nữa?
시간이 얼마나 남았습니까?
Xi-ka-ni ơl-ma-na na-mát xưm ni cá?

– Khoảng 30 phút nữa.
약 삼십분 남았습니다.
Yác xam-xíp-bun na-mát xưm ni tà.

– Vậy thì thời gian đủ đấy.
그만하면 시간은 충분 하겠습니다.
Kư-man-ha-miơn xi-ka-nưn shung-bun ha kết xưm ni tà.

– Chúng ta hãy khẩn trương hơn.
빨리 서두릅시다.
Pal-li xơ-tu-rừm ni tà.

– Sẽ ra ngay thôi.
곧 나가겠습니다.
Kốt na-ka kết xưm ni tà.

– Muộn rồi sao?

늦었습니까?

Nư-chớt xưm ni cá?

– Không, ông đã đến đúng giờ rồi.

아닙니다, 정각에 오셨습니다.

A-nim ni tà, chơng-ka-kê ô xiớt xưm ni tà.

– Ông ấy đã muộn 30 phút rồi.

그 사람은 벌써 삼십분이나 늦었습니다.

Kư xa-ra-mưn bơl-sơ xam xíp bu-ni-na nư-chớt xưm ni tà.

– Buổi họp của chúng tôi liệu có muộn không?

우리 회의에 늦지 않을까요?

U-ri huê-ưi-ê nứt-chi a-nưl ca yố?

– Không được muộn đâu. Chúng ta đi thôi.

늦지 말아야 합니다. 빨리 갑시다.

Nứt-chi ma-ri-ya ham ni tà. Pal-li káp xi tà.

– Đến trường trễ rồi à?

학교에 지각을 했습니까?

Hắc-kiô-ê chi-ka-kưl hét xưm ni cá?

– Không, chỉ cần một chút thôi là trễ rồi.

아닙니다. 자칫하면 늦을 뻔 했습니다.

A-nim ni tà, chi-shít-ha-miơn nu-chưl pơn hét xưm ni tà.

– Ông đừng đến bữa tiệc muộn đấy.

파티에 늦지 마십시오.

Pha-thi-ê nứt-chi ma xíp xi ô.

– Vâng, tôi sẽ đến đúng giờ.

네 , 안 늦겠습니다.

Nê, an nứt kết xưm ni tà.

– Nếu cuộc họp muộn thì thế nào. Ông đừng lo, chẳng có ai
đến đúng giờ đâu.

만일 회의에 늦으면 어떻게 하지요? 걱정 마십시오. 제
시간에 올 사람은 아무도 없을 것입니다.

*Ma-nil huê-ưi-ê nư-chư-miơn ơ-tơ-khê ha chi yố? Kốc-
chơng ma xíp xi ô, chê xi-ka-nê ôl xa-ra-mưn a-mu-tô ớp-
xưl kơ-xim ni tà.*

ॐ LÀM SAO ÔNG BIẾT TÔI TỚI ĐÂY?

내가 오는 걸 어떻게 알았습니까?

Ne-ka ô-nưn   kơl ơ-tơ-khê a-rát xưm ni cá?

– Xin chào. Tôi không biết là có trễ quá không?

안녕하십니까? 너무 늦지 않았는지 모르겠습니다.

An-niơng ha xim ni cá? Nơ-mu nứt-chi a-nát-nưn-chi mô-rư kết xưm ni tà.

– Không, chúng tôi đợi mà.

아닙니다, 기다리고 있었습니다.

A-nim ni tà, ki-ra-ri-kô ít-xớt xưm ni tà.

– Làm sao biết là tôi đến?

내가 오는 걸 어떻게 알았습니까?

Ne-ka ô-nưn kơl ơ-tơ-khê a-rát xưm ni cá?

– Bà nhà đã điện cho chúng tôi. Bà ấy nói là ông đã đi rồi.

부인께서 전화를 걸었습니다. 떠났다고

말씀하시더군요.

Bu-in-cê-xơ chơn-hoa-rư kơ-rớt xưm ni tà. Tơ-nát-ta-kô mal-sưm-ha-xi tơ-ku-niô.

– Làm sao biết là anh ta ở đó?

그사람이 거기 있는 걸 어떻게 알았습니까?

Kư xa-ra-mi kơ-ki in-nưn kơl ơ-tơ-khê a-rát xưm ni cá?

– Em của anh ta nói với tôi.

그의 동생이 내게 말하더군요.

Kư-ê tông-xeng-I ne-kê mal ha tơ ku-niô.

– Làm sao biết là tôi đã thăng chức?

내가 승진한 것을 어떻게 알았습니까?

Ne-ka xưng-chin-han kơ-xưl ơ-tơ-khê a-rát xưm ni cá?

– Tôi xem trên báo.

신문에서 보았습니다.

Xin-mu-nê-xơ bô át xưm ni tà.

– Làm sao biết là cô ấy đã đi du lịch về?

그 여자가 여행에서 돌아온것을 어떻게 알았습니까?

Ku yơ-cha-ka yơ-heng-ê-xơ tô-ra-ôn-kơ-xưl ơ-tơ-khê a-rát xưm ni cá?

– Hôm qua tôi đã gặp cô ấy ở trên phố.

어제 시내에서 만났습니다.

Ơ-chê xi-ne-ê-xơ man nát xưm ni tà.

– Làm sao anh biết tôi đã mua ti vi màu.

내가 컬러 텔레비전을 산 것을 그녀가 어떻게 알았습니까?

Ne-ka khơl-lơ thê-lê-bi-chơ-nưl xan kơ-xưl kư-niơ-ka ơ-tơ-khê a-rát xưm ni cá?

– Tôi nhìn cái ăng-ten nhà anh.

당신의 안테나를 보았습니다.

Tang-xi-nê an-nê-na-rưl bô át xưm ni tà.

– Làm sao vợ anh biết là tôi thích gà rán?

내가 프라이드 치킨을 좋아하는 것을 당신 부인이

어떻게 알았지요?

*Ne-ka phư-ra-i-tư shi-khi-nưl chô-a-ha-nưn kơ-xưl tang-xin
bu-i-ni ơ-tơ-khê a-rát chi yố?*

– Có lẽ là cô ấy đoán.

짐작으로 알아 맞춘 것입니다.

Chim-cha-kư-rô a-ra mát-shun kơ-xim ni tà.

❀ BÂY GIỜ GỌI ĐIỆN THOẠI ĐƯỢC KHÔNG ?

지금 전화를 걸까요?

Chi-kưm chơn-hoa-rưl kơl ca yô?

– 5 giờ ông Kim đã điện thoại phải không?

다섯시에 김 선생님이 전화했었습니까?

Ta-xớt-xi-ê kim xơn-xeng-ni-mi chơn-hoa hét xưm ni cá?

– Ông ấy không nói là điện thoại gì sao?

전화로 무슨 말이 없었습니까?

Chơn-hoa-rô mu-xưn ma-ri ớp-xớt xưm ni cá?

– Ông ấy nói là ông điện thoại cho ông ấy.

전화 걸어 달라고 하시더군요.

Chơn-hoa kơ-rơ tal-la-kô ha-xi-tơ ku-niô.

– Có lẽ là ông ấy có việc bận rồi.

긴급한 일인 모양이군요.

Kin-kứp-han i-rin mô-yang-I ku-niô.

– Hay bây giờ tôi điện nhỉ?

지금 전화를 걸까요?

Chi-kưm chơn-hoa-rưl k ơl ca yố?

– Vâng, ông điện đi.

네, 그렇게 하십시오.

Nê, kư-rớt-khê ha xíp xi ô.

– Hay để tôi nói ông ấy điện lại nhé?
전화를 걸어 달라고 할까요?
Chơn-hoa-rưl kơ-rơ tal-la-kô hal ca yố?

– Thôi, để tôi gọi cho ông ấy sau.
아닙니다, 나중에 또 걸겠습니다.
A-nim ni tà, na-chung-ê kơl kết xưm ni tà.

– Hay mình đi ra cửa nhỉ?
문에 나가 볼까요?
Mu-nê na-ka bôl ca yố?

– Có lẽ có ai đó nhận ra tôi.
누군가 내가 알아보겠습니다.
Nu-kun-ka ne-ka a-ra bô kết xưm ni tà.

– Ông uống nước nhé?
물 한 잔 드릴까요?
Mul han chan tư-ril ca yố?

– Vâng, cho tôi một ly.
네, 주십시오.
Nê, chu xíp xi ô.

– Ngày mai ông lại đến à?
내일 다시 올까요?
Ne-il ta-xi ôl ca yố?

– Vâng, bây giờ tôi bận.

네. 지금 바쁩니다.

Nê, chi-kưm ba-pưm ni tà.

– Để tôi đánh máy báo cáo cho ông nhé?

보고서를 타자해 드릴까요?

Bô-kô-xơ-rul tha-cha-he tư-ril ca yố?

– Vậy thì tốt quá.

그렇게 해 주면 고맙겠습니다.

Kư-rơ-khê he chu-miơn kô-máp xưm ni tà.

ॐ CHÍNH VÌ VẬY MÀ TÔI KHÔNG MỜI

그래서 그 사람을 초대하지 않았습니다.

Kư-re-xơ kư xa-ra-mưl shô-te-ha-chi a-nát xưm ni tà.

– Danh sách khách mời đây.

손님 명단이 여기 있습니다.

Xôn-nim miơng-ta-ni yơ-ki tí xưm ni tà.

– Sao lại không mời ông Kim?

왜 이 선생님은 초대하지 않았습니까?

Woe I xơn-xeng-ni-mưn shô-te-ha-chi a-nát xưm ni cá?

– Ông ấy không giữ đúng thời gian. Vì vậy mà tôi không mời.

시간을 지키지 않습니다. 그래서 그 사람은 초대하지

않았습니다.

Xi-ka-nưl chi khi-chi an xưm ni tà. Kư-re-xơ kư xa-ra-mưn shô-te-ha-chi a-nát xưm ni tà.

– Được rồi, hôm qua cũng đã làm cho tôi đợi cả tiếng đồng hồ đấy.

잘 했습니다. 어저께도 날 한 시간이나 기다리게

했습니다.

Chal hét xưm ni tà, ơ-chơ-cê-tô nal han xi-ka-ni-na ki-ta-ri-kê hét xưm ni tà.

– Cô ấy luôn phô trương.

그 여자는 항상 과장을 합니다.

Kư yơ-cha-nưn hang-xang koa-chang-ưl ham ni tà.

– Chính vì vậy mà tôi không thích cô ấy.
그래서 난 그 여자를 좋아하지 않습니다.
Ku-re-xơ nan kư yơ-cha-rưl chô-a-ha-chi an xưm ni tà.

– Ông ta uống nhiều rượu lắm.
그 사람은 술을 너무 많이 마십니다.
Kư xa-ra-mưn xu-rưl nơ-mu ma-ni ma xim ni tà.

– Vì vậy mà ông ta luôn luôn hết tiền.
그래서 그는 항상 돈이 떨어집니다.
Kư-re-xơ kư-nưn hang-xang tô-ni tơ-rơ-chim ni tà.

– Ông ấy thật đứng đắn.
그 사람은 참 정직합니다.
Kư xa-ra-mưn sham chơng-chic ham ni tà.

– Vì vậy mà ai cũng tôn trọng ông ấy.
그래서 그는 모든 사람의 존경을 받습니다.
Kư-re-xơ kư-nưn mô-tưn xa-ra-mê chôn-kiơng-ưl bát xưm ni tà.

– Bố của ông ấy bị ốm.
그의 부친은 편찮으십니다.
Kư-ê bu-shi-nưn phiơn-sha-nư xim ni tà.

– Vì vậy mà ông ấy không đến được sao?
그래서 그 분은 못 오셨습니까?
Kư-re-xơ kư bu-nưn mốt ô-xiớt xưm ni cá?

– Đồng hồ của tôi hư rồi.

내 시계가 고장이 났습니다.

Ne xi-kiê-ka kô-chang-I nát xưm ni tà.

– Vì vậy mà ông đã muộn?

그래서 늦으셨군요?

Kư-te-xơ nư-chư xiớt ku-niô?

– Món ăn này ngon quá.

이 음식은 맛이 있습니다.

I ưm-xi-kưn ma-xi ít xưm ni tà.

– Chính vì vậy mà tôi luôn đến đây ăn.

그래서 나는 항상 여기 와서 먹습니다.

Kư-re-xơ na-nưn hang-xang yơ-ki oa-xơ mớc xưm ni tà.

ॐ NÓI ÔNG ẤY ĐIỆN THOẠI CHO TÔI
전화 좀 걸어 달라고 하십시오

Chơn-hoa chôm kơ-rơ tal-la-kô ha xíp xi ô.

– Tôi là Kim đây. Cho tôi gặp ông Park .

김 입니다. 박 선생님 좀 바꿔 주십시오.

Kim im ni tà. Bác xơn-xeng-nim chôm ba-cươ chu xíp xi ô.

– Xin lỗi, bây giờ ông ấy đang làm việc. Ông có muốn nhắn gì không?

미안하지만, 지금 일하고 계십니다. 전할 말씀이 있으십니까?

Mi-an-ha chi-man, chi-kưm il-ha-kô kiê xim ni tà. Chơn-hal mal-sư-mi ít-xư xim ni cá?

– Nói với ông ấy là điện thoại cho tôi được không?

전화 좀 걸어 달라고 전해 주시겠습니까?

Chơn-hoa chôm kơ-rơ tal-la-kô chơn-he chu-xi kết xưm ni cá?

– Vâng, tôi sẽ nói như vậy.

네. 그렇게 하겠습니다.

Nê, kư-rơ-khê ha kết xưm ni tà.

– Nói với cô ấy là gửi giùm bức thư cho tôi có được không?

그 여자에게 이 편지 좀 부쳐 달라고 해 주시겠습니까?

Kư yơ-cha-ê-kê I phiơn-chi chôm bu-shiơ tal-la-kô he chu xi kết xưm ni cá?

– Vâng, giờ cô ấy đang trên đường đi đến bưu điện.
네. 그 여자는 지금 우체국에 가는 길입니다.
Nê, kư yơ-cha-nưn chi-kưm u-shê-ku-kê ka-nưn kil im ni tà.

– Nói với cô ấy là mang cho tôi ly cà-phê nhé?
그 여자에게 커피 한 잔 가져오라고 하시겠습니까?
Kư yơ-cha-ê-kê khơ-phi han chan ka-chiơ-ô ra-kô ha xi kết xưm ni cá?

– Vâng, tôi sẽ nói.
네, 곧 전하겠습니다.
Nê, kốt chơn-ha kết xưm ni tà.

– Cho ông ấy vào văn phòng của tôi đi?
그 분을 내 사무실에 들어 보내 주시겠습니까?
Kư bu-nưl ne xa-mu-xi-rê tư-riơ bô-ne chu xi kết xưm ni cá?

– Khi nào ông ấy đến, tôi sẽ nói ông ấy .
그 분이 오시는 대로 그렇게 하겠습니다.
Kư bu-ni ô-xi-nưn te-rô kư-rơ-khê ha kết xưm ni tà.

– Ông Kim đã đến tìm.
김 선생님이 찾아 왔습니다.
Kim xơn-xeng-ni-mi sha-cha oát xưm ni tà.

– Nói ông ấy đợi tôi một lát nhé.
좀 기다려 달라고 해 주세요.
Chôm ki-ta-riơ tal-la-kô he chu xê yô.

– Toàn thể nhân viên tham gia.

전원 참석했습니다.

Chơn wươn sham sớc hét xưm ni tà.

– Chúng ta bắt đầu cuộc họp nhé?

회의를 시작할까요?

Huê-ưi-rưl xi-chác hal ca yố?

ॐ TÔI KHÔNG BIẾT LÀ PHẢI LÀM THẾ NÀO ?

어떻게 해야 할 지 모르겠습니다

Ơ-tơ-khê he-ya hal- chi mô-rư kết xưm ni tà?

– Ông định đi nghỉ phép ở đâu?

어디로 휴가를 갈 생각입니까?

Ơ-ti-rô hiu-ka-rưl kal xeng-kát im ni tà.

– Tôi không biết là phải làm thế nào. Không biết là nên đi
Busan hay đi đảo Jeju?

어떻게 해야 할 지 모르겠습니다. 부산으로 갈까요,

제주도로 갈까요?

*Ơ-tơ-khê he-ya hal chi mô-rư kết xưm ni tà. Bu-xa-nư-rô
kal ca yố, chê-chu-tô-rô kal ca yố?*

– Hay là ông đi đảo Jeju trước đi, rồi trên đường về ghé qua Busan.

제주도로 먼저 가시지 그럽니까? 그럼 돌아오는 길에 부산에 드를 수 있습니다.

Chê-chu-tô-rô mơn-chơ ka-xi-chi kư-rơm ni cá? kư-rơm tô-ra-ô-nưn ki-rê bu-xa-nê tư-rưl xu tí xưm ni tà.

– Anh bị ho như thế nào?

기침을 어떻게 하겠습니까?

Ki-shi-mưl ơ-tơ-khê ha kết xưm ni cá?

– Tôi cũng chưa biết phải làm sao.

어떻게 해야 할 지 나도 잘 모르겠습니다.

Ơ-tơ-khê he-ya hal chi na-tô chal mô-ru kết xưm ni tà.

– Ông đã quyết định chưa?

결심을 했습니까?

Kiơl-xi-mưl hét xưm ni cá?

– Chưa. Tôi chưa biết phải làm thế nào.

아니. 어떻게 해야 할지 나도 잘 모르겠습니다.

A-ni. Ơ-tơ-khê he-ya hal-chi na-tô chal mô-ru kết xưm ni tà.

– Hay ông cho tôi lời khuyên nhé?

어떻게 하면 좋은지 내게 말해 주세요?

Ơ-tơ-khê ha-mơn chô-ưn-chi ne-kê mal-he chu xê yố?

– Tôi không hiểu bản thân mình.

내 자신을 모르겠습니다.

Ne cha-xi-nưl mô-rư kết xưm ni tà.

– Ông nói với ông ấy chuyện đó chưa?

그 사람에게 그 얘기를 했습니까?

Ku xa-ra-mê-kê kư ye-ki-rưl hét xưm ni cá?

– Chưa. Tôi cũng chưa biết phải làm thế nào.

아니, 어찌해 야 좋을지 나도 모르겠습니다.

Ni. Ơ-chi-he ya chô-ưl-chi na-tô mô-rư kết xưm ni tà.

– Ông ấy có biết việc ông ấy phải làm không?

그 사람 해야 할 일을 알고 있습니까?

Kư xa-ram he-ya hal i-rưl al-kô ít xưm ni cá?

– Có, sáng nay tôi nói với ông ấy rồi.

네, 오늘 아침에 말해 주었습니다.

Nê, ô-nưl a-shi-mê mal-he chu ớt xưm ni tà.

ॐ CÓ LẼ ÔNG ẤY GẶP KHÓ KHĂN

그 분은 어려울 것 같습니다

Kư bu-nưn ơ-riơ-ul kớt kát xưm ni tà.

– Tối mai ông có đi xem Opera không?

내일 저녁에 오페라 구경 가시겠습니까?

Ne il chơ-niơ-kê ô-phê-ra ku-kiơng ka-xi kết xưm ni cá?

– Có, tôi rất muốn xem.

네, 꼭 보고 싶습니다.

Nê, cốc bô-kô xíp xưm ni tà.

– Còn ông Park, ông ấy cũng đi chứ?

박 선생님은, 그 분도 가실 겁니까?

Bác xơn-xeng-ni-mưn, kư bun-tô ka-xil kơm ni cá?

– Có lẽ là ông ấy không đi được. Ông ấy phải làm việc đến tận khuya.

못 갈 것같습니다. 그 분은 늦게 까지 근무해야 할 겁니다.

Mốt kal kớt kát xưm ni tà. Kư bu-nưn nứt-kê ca-chi kưn-mu-he-ya hal kơm ni tà.

– Có lẽ ông ấy không ở nhà.

그 분은 집에 안 계실 것 같습니다.

Kư bu-nưn chi-bê an kiê-xil kớt kát xưm ni tà.

– Tôi cũng nghĩ như vậy.

제 생각도 그렇습니다.

Chê xeng-kác-tô kư-rớt xưm ni tà.

– Cái này làm sao bây giờ?

이건 어떠십니까?

I kơn ơ-tơ xim ni cá?

– Có lẽ ông ấy không thích màu này.

그 분이 그 색을 좋아할 것 같지 않습니다.

Kư bu-ni kư xe-kưl chô-a-hal kớt kát-chi an xưm ni tà.

– Cô ấy có nói được tiếng Hàn không?

그 여자 한국말 하나요?

Kư yơ-cha han-kung-mal ha-na yô?

– Có lẽ là không nói được.

못 할 것 같습니다.

Mốt hal kớt kát xưm ni tà.

– 10 giờ ông có đến đây được không?

열시까지 여기 올 수 있겠습니까?

Yơl-xi ca-chi yơ-ki ôl xu ít kết xưm ni cá?

– Có lẽ là tôi không đến được.

그 때까지는 못 갈 것같습니다.

Kư te-ca-chi-nưn mốt kal kớt kát xưm ni tà.

– Cô Lee đến rồi hả?

이 양은 왔습니까?

I yang-ưn oát xưm ni cá?

– Có lẽ là cô ấy không đến.

그녀는 안 올 것 같습니다.

Kư niơ-nưn an ôl kớt kát xưm ni tà.

– Hình như tôi chưa chào bạn ông?

당신 친구와는 인사가 없는 것 같습니까?

Tang-xin shin-ku-oa-nưn in-xa-ka ớp-nưn kớt kát xưm ni cá?

– Cô ấy là hàng xóm của tôi.

그녀는 저의 이웃에 사는 분입니다.

Kư niơ-nưn chơ-ê I-u-xê xa-nưn bun im ni tà.

ॐ MẤY PHÚT SAU TÔI SẼ ĐẾN

몇 분 후에 가겠습니다

Miớt bun hu-ê ka kết xưm ni tà.

– Bây giờ cô Park bận à?

박 양 지금 바쁘십니까?

Bác yang chi-kưm ba-pư xim ni cá?

– Vợ chồng ông Kim cũng vừa mới tới. Ông có tới không?

김 선생님 부부가 지금 막 들렀습니다. 오시겠습니까?

Kim xơn xeng-nim bu-bu-ka chi-kưm mác tưl-lớt xưm ni tà.
Ô-xi kết xưm ni ca?

– Vâng, mấy phút nữa tôi sẽ tới.

네, 몇 분 후에 가겠습니다.

Nê, mớt bun hu-ê ka kết xưm ni tà.

– Vậy thì đúng 9 giờ tôi sẽ tới.

그럼 아홉시 정각에 그 곳을 가겠습니다.

Kư rơm a-hốp-xi chơng-ka-kê kư kô-xưl ka-kết xưm ni tà.

– Tôi sẽ cố gắng đến trước đó.

그 시간 전에 가도록 애써 보겠습니다.

Kư xi-kan chơ-nê ka-tô-rốc e-sơ bô kết xưm ni tà.

– 12 giờ tôi sẽ đến.

열 두시 까지는 가겠습니다.

Yơl tu-xi ca-chi-nưn ka kết xưm ni tà.

– Được rồi, vậy thì tôi sẽ đợi.

좋습니다, 그럼 기다리고 있겠습니다.

Chốt xưm ni tà, kư-rơm ki-ta-ri-kô ít kết xưm ni tà.

– Đúng 10 giờ tôi sẽ đến đó.

열 시경에 그 곳에 가겠습니다.

Yơl xi-kiơng-ê kư kô-xê ka kết xưm ni tà.

– 10 giờ thì muộn quá, 9 giờ ông nhé.

열 시면 너무 늦습니다, 아홉시로 합시다.

Yơl xi miơn nơ-mu nứt xưm ni tà, a hốp xi-rô háp xi tà.

– Tôi có thể gặp ông sáng nay không?

오늘 아침에 좀 뵐 수 있습니까?

Ô-nưl a-shi-mê chôm buêl xu ít xưm ni cá?

– Được rồi, tôi sẽ đến.

좋습니다, 곧 가겠습니다.

Chốt xưm ni tà, kốt ka kết xưm ni tà.

– Ông đừng quên bữa tiệc tối nay nhé.

오늘 저녁 파티 잊지 마십시오.

Ô-nưl chơ-niớc pha-thi ít-chi ma xíp xi ô.

– Tôi sẽ về ngay thôi.

퇴근 즉시 가겠습니다.

Thuê-kưn chức-xi ka kết xưm ni tà.

ॐ HÃY ĐÓNG GÓI CHO TÔI

포장 좀 해 주십시오

Phô-chang chôm he chu xíp xi ô.

– Ông có mua thêm gì nữa không?

더 사실 것이 있습니까?

Tơ xa-xil kơ-xi ít xưm ni cá?

– Không, tôi đã mua hết rồi.

아닙니다, 다 샀습니다.

A-nim ni tà, ta xát xưm ni tà.

– 5 ngàn won.

오천 원입니다.

Ô shơn won im ni tà.

– Đây. Vậy đóng gói cho tôi được không?

여기 있습니다. 포장 좀 해 주시겠습니까?

Yơ-ki ít xưm ni tà. Phô-chang chôm he chu xi kết xưm ni cá?

– Vâng. Để tôi gói rồi cho vào trong hộp.

네. 포장을 해서 상자에 넣어 드리겠습니다.

Nê. Phô-chang-ưl he-xơ xang-cha-ê nơ-ơ tư-ri kết xưm ni tà.

– Chuyển tới nhà giùm tôi nhé.

그것을 우리 집으로 우송해 주시겠습니까?

Kư kơ-xưl u-ri chi-bư-rô u xông-he chu-xi kết xưm ni cá?

– Vâng. Cho tôi địa chỉ đi.

그러지요. 주소를 말씀하십시오.

Ku-rơ-chi yô. Chu-xô-rưl mal sưm ha xíp xi ô.

– Giao cái này cho tôi được không?

그걸 배달해 주시겠습니까?

Kư kơl be-tal he chu xi kết xưm ni cá?

– Tất nhiên rồi. Trong 5 ngày sẽ tới ngay.

물론이죠. 오 일 내에 도착할 것입니다.

Mu-lôn-I chi- ô. Ô il ne-ê tô-shác hal kơ xim ni tà.

– Để tôi nói ai đó đánh máy bức thư này nhé ?

누구를 시켜서 이 편지를 타자 쳐 주시겠습니까?

Nu-ku-rưl xi-khiơ-xơ I phiơn-chi-rưl tha-cha shiơ chu xi kết xưm ni cá?

– Vâng. Để tôi nhờ cô Nam làm cho.

네. 곧 남 양에게 부탁 드리겠습니다.

Nê. Kốt nam yang-ê-kê bu-thác tư-ri kết xưm ni tà.

– Hãy sửa cái đồng hồ cho tôi.

내 시계 좀 고쳐다 주세요.

Ne xi-kiê chôm kô-shiơ-ta chu xê yô.

– Trên đường đi về, tôi sẽ mang đến tiệm sửa đồng hồ.

퇴근 후에 시계방에 갖다 주겠습니다.

Thuê-kưn hu-ê xi-kiê-bang-ê kát-ta chu kết xưm ni tà.

– Nói ai đó đánh giày cho tôi.

누구를 시켜서 내 구두 좀 닦아주십시오.

Nu-ku-rưl xi-khiơ-xơ ne ku-tu chộm ta-ca chu xíp xi ô.

☸ GIỐNG NHƯ CÁI CỦA TÔI

내 것과 꼭 같습니다

Ne kớt koa cốc kát xưm ni tà.

– Ông Lee đã mua cái xe mới tuần trước.

이 선생님은 지난 주에 새 차를 샀습니다.

I xơn-xeng-ni-mưn chi-nan chu-ê xe sha-rưl xát xưm ni tà.

– Vậy sao ! Mua xe gì vậy?

그래요 ! 무슨 차를 샀습니까?

Kư-re-yô! Mu-xưn sha-rưl xát xưm ni cá?

– Xe Sonata.

소나타입니다.

Xô-na-tha im ni tà.

– Vậy thì nó giống với xe của tôi.

그건 내 것과 같은 것이군요.

Kư-kơn ne kớt-koa ka-thưn kơ-xi ku-niô.

– Nhưng màu lại khác. Màu xe của ông ấy màu xám.

그러나 색깔이 다릅니다. 이 선생님 차는 흰색입니다.

Kư-rơ-na xéc-ca-ri ta-rưm ni tà. I xơn-xeng-nim sha-nưn hin xéc im ni tà.

– Bút chì của ông có giống của tôi không?

당신 연필이 내 것과 같습니까?

Tang-xin yơn-phi-ri ne kớt-koa kát xưm ni cá?

– Tôi 31 tuổi .

나는 서른 한 살입니다.

Na-nưn xơ-rưn han xal im ni tà.

– Vậy sao ! Thế thì cùng tuổi với tôi.

아! 그래요. 나와 동갑이군요.

A! kư-re-yô. Na-oa tông-ka-bi ku-niô.

– Giày của ông giống giày của tôi.

당신 구두는 내 것과 같습니다.

Tang-xin ku-tu-nưn ne kớt koa kát xưm ni tà.

– Có lẽ nó khác với mẫu giày của tôi.

당신 것과 다자인이 좀 다른 것같습니다.

Tang-xin kớt koa ta-cha-i-ni chôm ta-rưn kớt kát xưm ni tà.

– Xe của tôi giống xe của ông.

내 차가 당신차와 같습니다.

Ne sha-ka tang-xin sha-oa kát xưm ni tà.

– Nhưng xe của tôi mới hơn.

그러나 내 차가 더 새 겁니다.

Kư-rơ-na ne sha-ka tơ xe kơm ni tà.

– Đây là cái tivi tôi mới mua.

내가 새로 산 텔레비전입니다.

Ne-ka xe-rô xan thêl-lê-bi-chơi im ni tà.

– Tôi cũng có một cái giống của ông.

나도 당신 것과 같은 것을 가지고 있습니다.

Na-tô tang-xin kớt-koa ka-thưn kơ-xưl ka-chi-kô ít xưm ni tà.

ॐ ÔNG THÍCH CHƯƠNG TRÌNH NÀO ?

무슨 프로를 좋아하십니까?

Mu-xưn phu-rô-rưl chô-a-ha xim ni cá?

– Ông có thường xuyên xem tivi không?

텔레비전을 많이 보십니까?

Thêl-lê-bi-chơ-nưl ma-ni bô xim ni cá?

– Một tuần tôi chỉ xem vài tiếng thôi.

일 주일에 겨우 몇 시간 봅니다.

Il chu-i-rê kiơ-u miớt xi-kan bôm ni tà.

– Ông xem chương trình nào?

무슨 프로를 보십니까?

Mu-xưn phư-rô-rưl bô xim ni cá?

– Thường tôi chỉ xem thể thao. Ông thích chương trình nào?
대개 스포츠 프로를 봅니다. 당신은 무슨 프로를 좋아하
십니까?

Te-ke xư-phô-shư phư-rô-rưl bôm ni tà. Tang-xi-nưn mu-xưn phư-rơ-rưl chô-a-ha xim ni cá?

– Tôi thích phim truyền hình.
나는 연속극을 좋아합니다.

Na-nưn yơn-xốc kư-kưl chô-a-ham ni tà.

– Ông đang cầm cuốn từ điển gì đấy?
무슨 사전을 가지고 계십니까?

Mu-xưn xa-chơ-nưl ka-chi-kô kiê xim ni cá?

– Từ điển Anh – Hàn.
영한 사전입니다.

Yơng-han xa-chơn im ni tà.

– Ông thích hoa gì?
무슨 꽃을 좋아하십니까?

Mu-xưn cô-shưl chô-a-ha xim ni cá?

– Tôi thích hoa hồng nhất.
난 장미를 제일 좋아합니다.

Nan chang-mi-rưl chê-il chô-a-ham ni tà.

– Đây là sách liên quan đến máy tính.

컴퓨터에 관한 책입니다.

Khơm-phiu-thơ-ê koan-han shéc im ni tà.

– Ông dùng cà-phê nào?

무슨 커피를 쓰십니까?

Mu-xưn khơ-phi-rửl sư xim nị cá?

– Tôi dùng cà-phê bột.

가루 커피를 씁니다.

Ka-ru khơ-phi-rửl sửm ni tà.

– Ông thích nhạc gì?

무슨 음악을 좋아하십니까?

Mu-xưn ưm-a-kửl chô-a-ha xim ni cá?

– Tôi thích nhạc cổ điển.

고전 음악을 좋아합니다.

Kơ-chơn ưm-a-kửl chô-a-ham ni tà.

ॐ ÔNG ĐỢI BAO LÂU RỒI ?

기다린 지 얼마나 되었습니까?

Ki-ta-rin chi ơl-ma-na tuê ớt xưm ni cá?

– Tôi xin lỗi vì đã đến muộn.

늦어서 미안합니다

Nư-chơ-xơ mi-an ham ni tà.

– Ông đợi lâu chưa?

얼마나 기다리셨습니까?

Ơl-ma-na ki-ta-ri-xiớt xưm ni cá?

– Khoảng 15 phút. Có phải là kẹt xe không?

약 십오 분간 입니다. 차가 막혔습니까?

Yác xíp ô bun kan im ni tà. Sha-ka ma-khiớt xưm ni cá?

– Vâng, giờ này giao thông phức tạp lắm.

네, 이 시간이면 늘 교통 혼잡이 생깁니다.

Nê, I xi-ka-ni-miơn nưl kiô-thông hôn-cha-bi xen kin ni tà.

– Ông kết hôn được lâu chưa?

결혼한 지 얼마나 되셨습니까?

Khiơ-rôn han chi ơl-ma-na tuê xiớt xưm ni cá?

– Được 5 năm rồi.

약 오 년 됩니다.

Yác ô niơn tuêm ni tà.

– Họ kết hôn được lâu chưa?

그 분들은 결혼한 지 얼마나 되었습니까?

Kư bun-tư-rưn khiơ-rôn-han chi ơl-ma-na tuê ớt xưm ni cá?

– Tháng trước họ làm đám cưới bạc.

지난달에 은혼식을 가졌습니다.

Chi-nan-ta-rê ưn-hôn-xi-kưl ka-chiớt xưm ni tà.

– Cô ấy đi được lâu chưa?

그 여자는 나간 지 얼마나 되었습니까?

Kư yơ-cha-nưn na-kan chi ơl-ma-na tuê ớt xưm ni cá?

– Cô ấy đi lúc 10 giờ.

열 시에 나갔습니다.

Yơl xi ê na cát xưm ni tà.

– Ông Kim rời quê được bao lâu rồi?

김 선생님이 고향을 떠난 지 얼마나 되었습니까?

Kim xơn-xeng-ni-mi kô-hiang-ưl tơ-nan-chi ơl-ma-na tuê ớt xưm ni cá?

– Được khoảng 6 tháng.

거의 육 개월이 되었습니다.

Kơ-ưi yúc ke-wuơ-ri tuê ớt xưm ni tà.

– Ông ở Hàn Quốc được bao lâu?

한국에 계신 지 얼마나 되었습니까?

Han-ku-kê kiê-xin chi ơl-ma-na tuê ớt xưm ni cá?

– Được khoảng 3 năm.

약 삼 년이 됩니다

Yác xam nơ-ni tuêm ni tà.

ॐ ÔNG ẤY VỪA ĐI XONG

지금 막 나갔습니다

Chi-kưm mác na-kát xưm ni tà.

– Cho tôi gặp ông Moon đi?

문 선생님 좀 바꿔 주시겠습니까?

Mun xơn-xeng-nim chôm ba-cươ chu xi kết xưm ni cá?

– Xin lỗi, ông ấy vừa đi xong.

미안합니다, 지금 막 나갔습니다.

Mi-an ham ni tà, chi-kưm mác na-kát xưm ni tà.

– Cô có biết là ông ấy đi đâu không?

어디 가셨는지 아십니까?

Ơ-ti ka-xiớt-nưn-chi a xim ni cá?

– Ông ấy đang ở quán trà gần đây.

근처 다방에 계십니다.

Kưn-sơ ta-bang-ê kiê xim ni cá?

– Nếu cô biết số điện thoại thì cho tôi biết.

전화 번호를 알면 좀 가르쳐 주십시오.

Chơn-hoa bơn-hô-rưl al-miơn chôm ka-rư-shiơ chu xíp xi ô

– Vâng, ông đợi một lát.

네, 조금만 기다리십시오.

Nê, chô-kưm-man ki-ta-ri xíp xi ô.

– Ông Moon có ở nhà không?

문 선생님 집에 계십니까?

Mun xơn-xeng-nim chi-bê kiê xim ni cá?

– Ông ấy vừa đi làm rồi.

지금 막 출근했습니다.

Chi-kưm mác shưl-kưn hét xưm ni tà.

– Tôi vừa đi du lịch về.

지금 막 여행갔다 돌아왔습니다.

Chi-kưm mác yơ-heng-kát-ta tô-ra-oát xưm ni tà.

– Vậy sao? Ông vừa đi đâu về?

그래요? 어디 갔었습니까?

Kư-re-yô? Ơ-ti cát-xớt xưm ni cá?

– Cho tôi xem từ điển của ông đi.

당신 사전 한 번만 더 봅시다.

Tang-xin xa-chơn han bơn-man tơ bốp xi tà.

– Ông vẫn cần từ điển của tôi sao?
내 사전이 아직도 필요합니까?
Ne xa-chơ-ni a-chíc-tô phi-riô ham ni cá?

– Tôi đã mua một cái rồi. Xin cảm ơn.
하나 샀습니다. 고마웠습니다.
Ha-na xát xưm ni tà. Kô-ma-wu-ớt xưm ni tà.

– Tôi vừa đọc xong sách ấy.
지금 막 그 책을 다 읽었습니다.
Chi-kưm mác kư she-kưl ta il-kớt xưm ni tà.

– Tôi mới chỉ đọc được một nửa.
난 겨우 반 읽었습니다.
Nan kiơ-u ban il-kớt xưm ni tà.

ॐ MÙA ĐÔNG TUYẾT RƠI NHIỀU LẮM PHẢI KHÔNG?

겨울에 눈이 많이 옵니까?

Kiơ-u-rê nu-ni ma-ni ôm ni cá?

– Thời tiết Hàn Quốc thế nào?

한국의 날씨는 어떻습니까?

Han-ku-kê nal-si-nưn ơ-tớt xưm ni cá?

– Giống với New York.

뉴욕과 꼭 같습니다.

Niu-yốc-koa cốc kát xưm ni tà.

– Mùa đông tuyết rơi nhiều phải không?

겨울에는 눈이 많이 옵니까?

Kiơ-u-rê-nưn nu-ni ma-ni ôm ni cá?

– Không, một lần tuyết rơi dày khoảng 3 inch, nhưng trời thì lạnh lắm.

아닙니다, 한번 올 때 이, 삼 인치정도입니다, 그러나

날씨는 몹시 추워집니다.

A-nim ni tà, han-bơn ôl te I, xam in-shi chơng-tô im ni tà, kư-rơ-na nal-si-nưn mốp-xi shu-wuơ-chim ni tà.

– Chỉ mong mùa đông trời đừng lạnh quá.

올 겨울엔 너무 춥지 않았으면 좋겠습니다.

Ôl kiơ-u-rên nơ-mu shúp-chi a-nát-xư-miơn chô kết xưm ni tà.

– Tháng 6 trời mưa nhiều.

유월에 비가 많이 옵니다.

Yu-wuơ-rê bi-ka ma-ni ôm nị tà.

– Không, tháng 6 không mưa nhiều lắm, tháng 7 mưa nhiều.

아니요, 유월에는 안 오지만, 칠월 에는 많이 옵니다.

A-ni-yô, yu-wuơ-rê-nưn an ô chi-man, shi-rươ-rê-nưn ma-ni ôm ni tà.

– Tháng 3 tuyết có rơi nhiều không?

삼월에는 눈이 옵니까?

Xam-wuơ-rê-nưn nu-ni ôm ni cá?

– Có rơi, nhưng không nhiều.

네, 그러나 많이는 안 옵니다.

Nê, kư-rơ-na ma-ni-nưn an ôm nị tà.

– Ở nước ông có tuyết rơi không?

당신 나라에는 눈이 옵니까?

Tang-xin na-ra-ê-nưn nu-ni ôm ni cá?

– Ở nước tôi không có mùa đông.

우리 나라에는 겨울이 없습니다.

U-ri na-ra-ê-nưn kiơ-u-ri ớp xưm ni tà.

– Hôm qua trời mưa à?

어제 비가 왔습니까?

Ơ-chê bi-ka oát xưm ni cá?

– Năm ngoái tuyết rơi nhiều lắm phải không?

작년에 눈이 많이 왔었습니까?

Chang-niơ-nê nu-ni ma-ni oát xớt xưm ni cá ?

– Không, mùa đông năm ngoái rất ấm áp.

아닙니다. 지난 겨울은 매우 포근 했었습니다.

A-nim ni tà, chi-nan khiơ-u-rưn me-u phô-kưn hét-xớt xưm ni tà.

ॐ TRONG ĐÓ CÓ MẤY CÁI RẤT CAY

그 중 몇 가지는 맵습니다

Kư chung miớt ka-chi-nưn mép xưm ni tà.

– Tất cả món ăn Hàn Quốc đều cay phải không?

한국 음식은 다 맵습니까?

Han-kúc ưm-xi-kưn ta mép xưm ni cá?

– Không, trong đó có mấy cái rất cay. Ông ăn nhiều món ăn Hàn Quốc chưa?

아닙니다. 그 중 몇 가지만 맵습니다. 한국 음식을 많이

먹어 보았습니까?

A-nim ni tà, kư chung miớt ka-chi-man mép xưm ni tà.
Han-kúc ưm-xi-kưl ma-ni mơ-kơ bô át xưm ni cá?

– Không nhiều. Chỉ ăn thử thôi.

아닙니다. 그러나 먹어 보고 싶습니다.

A-nim ni tà. Kư-rơ-na mơ-kơ bô-kô xíp xưm ni tà.

– Tối thứ Bảy đến nhà tôi ăn tối đi?

토요일 밤에 우리 집에 와서 저녁이나 함께

하시겠습니까?

Thô-yô-il ba-mê u-ri chi-bê oa-xơ chơ-niơ-ki-na ham-cê
ha xi kết xưm ni cá?

– Được rồi. Tôi đến lúc 7 giờ nhé?

좋습니다. 일곱 시쯤에 갈까요?

Chốt xưm ni tà. Il-kốp xi-chư-mê kal ca yố?

– Mọi người có tán thành với kế hoạch ấy không?

그 사람들은 모두 그 계획에 찬성합니까?

Kư xa-ram-tư-rưn mô-tu kư kiê-huê-kê shan-xơng ham ni cá?

– Không, trong đó có 3 người không tán thành.

아닙니다, 그 중 세 사람은 반대입니다.

A-nim ni tà, kư-chung xê xa-ra-mưn ban-te im ni tà.

– Tất cả đây là sách của ông à?

이것이 모두 당신 책입니까?

I kơ-xi mô-tu tang-xin shéc im ni cá?

– Không, trong đó có mấy cuốn của cha tôi.

아닙니다, 그 중 몇 권은 아버지 책입니다.

A-nim ni tà, kư-chung miớt ku-ơ-nưn a-bơ-chi shéc im ni tà.

– Bạn của tôi cũng vậy.

내 친구들도 마찬가지 입니다.

Ne shin-ku-tưl-tô ma-shan-ka-chi im ni tà.

– Trong nhóm học sinh ấy không có ai đi nước ngoài lần nào cả.

그 학생들 중 외국에 가 본 학생은 하나도 없습니다.

Kư hắc-xeng-tưl chung uê-ku-kê ka bôn hắc-xeng-ưn ha-na-tô ớp- xưm ni tà.

– Vậy sao? Thế mà ai cũng nói giỏi tiếng Anh.

그렇습니까? 그러나 모두 영어는 매우 잘 하더군요.

Kư-rớt xưm ni cá? Kư-rơ-na mô-tu yơng-ơ-nưn me-u chal ha-tơ ku-niô.

– Có mấy cái trông giống như là đồ cũ.

중고품 같이 보이는 것도 몇 있군요.

Chung-kô-phum ka-shi bô-i-nưn kớt-tô mớt ít ku-niô.

ॐ TRỜI LẠNH RỒI

서늘해 질 겁니다

Xơ-nư-he chil kơm ni tà

- Tôi khát nước quá, cho tôi ly nước nhé ?

목 마르시겠습니다, 뭐 시원한 것 좀 마시겠습니까?

Mốc ma-rư-xi kết xưm ni tà, mu-ơ xi-wuơn-han kớt chôm ma-xi kết xưm ni cá?

- Nếu có ly bia lạnh thì hay quá, sao Seoul lại nóng thế này nhỉ?

시원한 맥주가 좋겠습니다, 서울은 늘 이렇게

덥습니까?

Xi-wu-ơn-han méc-chu-ka chô kết xưm ni tà, xơ-u-rưn nưl i-rơ-khê tớp xưm ni cá?

- Mấy ngày nữa là trời sẽ mát.

몇 일 지나면, 시원해 질 겁니다.

Miớt il chi-na-miơn, xi-wuơn-he-chil kơm ni tà.

- Chỉ mong là như vậy.

정말 그랬으면 좋겠습니다.

Chơng-mal kư-rét xư-miơn chô-kết xưm ni tà.

- Trời sẽ ấm dần lên.

점점 날씨가 따뜻해집니다.

Chơm-chơm nal-si-ka ta-tư-the-chim ni tà.

– Đúng vậy. Thế mà đã đến tháng 5 rồi.
정말 그렇습니다. 벌써 오월입니다.

Chơng-mal kư-rớt xưm ni tà. Bơl-sơ ô-wươn im ni tà.

– Trời tối dần rồi đấy, ta đi thôi.
점점 어두워집니다, 갑시다.

Chơm-chơm ơ-tu-wu-ơ-chim ni tà, káp xi tà.

– Ông đợi chút đi. Tôi sắp xong rồi.
잠깐만 계십시오. 조금만 있으면 됩니다.

Cham-can-man kiê xíp xi ô. Chô-kưm-man ít-xư-miơn tuêm ni tà.

– Dần dần trời sẽ lạnh đấy, nên mặc áo khoác thôi.
점점 쌀쌀해져 갑니다, 쉐타를 입는 것이 좋겠습니다.

Chơm-chơm sal-sal-he-chiơ kam ni tà, xuê-tha-rứl im-nưn kơ-xi chô kết xưm ni tà

– Làm gì mà lạnh thế?
뭐가 그렇게 춥습니까?

Mu-ơ-ka kư-rơ-khê shúp xưm ni cá?

– Trời sẽ lạnh đấy.
날씨가 추워져 갑니다.

Nal-si-ka shu-wuơ-chiơ kam ni tà.

– Vâng, mùa đông không còn bao lâu nữa .

네, 겨울이 얼마 남지 않았습니다.

Nê, kiơ-u-ri ơl-ma nam-chi a-nát xưm ni tà.

– Lúc nào cũng nóng vậy sao?

늘 이렇게 덥습니까?

Nưl i-rơ-khê tớp xưm ni cá?

– Tối đến thì không khí sẽ trở nên mát mẻ .

저녁이면 시원해집니다.

Chơ-niơ-ki-miơn xi-wươn he chim ni tà.

ॐ LÀM SAO MÀ ÔNG TỰ TIN THẾ?

어떻게 그렇게 자신이 있으십니까?

Ơ-tơ-khê kư-rơ-khê cha-xi-ni ít-xư xim ni cá?

– Chúng ta đi về thì thế nào? Có lẽ cô ấy không đến đâu.

이제 그만 가 보는게 어떻습니까? 그 여자가 안 올

것같습니다.

*Chê kư-man ka bô-nưn-kê ơ-tớt xưm ni cá? Kư yơ-cha-ka
an ôl kớt kát xưm ni tà.*

– Cô ấy sẽ đến.

그 여자는 올 겁니다.

Kư yơ-cha-nưn ôl kơm ni tà.

– Làm sao mà ông tự tin như thế?

어떻게 그렇게 자신이 있으십니까?

Ơ-tơ-khê kư-rơ-khê cha-xi-ni ít-xư xim ni cá?

– Trước khi ông đến đã có điện thoại, nói là Ông Kim đang
đợi.

선생님이 오시기 직전에 전화가 왔습니다. 김 선생님을

기다리고 있다고 말입니다.

*Xơn-xeng-ni-mi ô-xi-ki chíc-chơ-nê chơn-hơn-ka oát xưm
ni tà, kim xơn-xeng-ni-mử ki-ta-ri-kô ít-ta-kô mal im ni tà.*

– Làm gì mà ông vui thế?

뭐가 그렇게 좋습니까?

Mươ-ka kư-rơ-khê chốt xưm ni cá?

– Cái bức thư mà tôi chờ đã lâu nay đã đến.

오랫동안 기다리던 편지가 왔습니다.

Ô-rét-tông-an ki-ta-ri-tơn phiơn-chi-ka oát xưm ni tà.

– Làm sao ông giận dữ thế?

왜 그렇게 화가 났습니까?

Woe kư-rơ-khê hoa-ka nát xưm ni cá?

– Anh ta đã không giữ đúng hẹn.

그 이가 약속을 어겼습니다.

Kư i-ka yác-xô-kưl ơ-kiớt xưm ni tà.

– Sao tâm trạng lại thế nhỉ?

그저 육감이 그렇습니까?

Kư-chơ yúc-ka-mi kư-rớt xưm ni cá?

– Sao ông lại lo lắng thế?

뭐가 그렇게 걱정이 되십니까?

Mươ-ka kư-rơ-khê kớc-chơng-I tuê xim ni cá?

– Con tôi ốm.

어린애가 아픕니다.

Ơ-rin-e-ka a-phưm ni tà.

– Sao ông lại nghiêm trọng vậy?

왜 그렇게 심각합니까?

Woe kư-rơ-khê xim-kác ham ni cá?

– Tôi lo cho buổi thi.

시험이 걱정됩니다.

Xi-hơ-mi kớc-chơng tuêm ni tà.

ॐ TÔI MUỐN LÀM MỘT LY

한 잔 하고 싶습니다

Han chan ha-kô xíp xưm ni tà.

- Tôi rất thích nhà hàng này.

이 식당이 마음에 들겁니다.

I xíc-tang-I ma-ư-mê tưl kơm ni tà.

- Không khí thật vui vẻ.

분위기가 퍽 좋습니다.

Bun-uy-ki-ka phớc chốt xưm ni tà.

- Tôi muốn làm một ly, ông thấy sao?

한 잔 하고 싶은데 어떻습니까?

Han chan ha-kô xi-phưn-tê ơ-tớt xưm ni cá?

- Tốt quá, tôi cũng làm một ly.

그거 좋은 생각입니다, 저도 같이 한 잔 하겠습니다.

Kư-kơ chô-ưn xeng-kát im ni tà, chơ-tô ka-shi han chan ha kết xưm ni tà.

- Tôi muốn đi du lịch.

여행 떠나고 싶습니다.

Yơ-heng tơ-na-kô xíp xưm ni tà.

– Ông có muốn đi cùng không?

같이 가시겠습니까?

Ka-shi ka-xi kết xưm ni cá?

– Tôi lại muốn đi dạo.

산책을 하고 싶은 생각이 듭니다.

Xan-she-kưl ha-kô xi-phưn xeng-ka-ki tưm ni tà.

– Tôi cũng thế. Ta đi thôi.

저도 그렇습니다. 가시지요.

Chơ-tô kư-rớt xưm ni tà. Ka xi chi yô?

– Tôi muốn đi bơi.

수영을 하고 싶은 생각이 듭니다.

Xu-yơng-ưl ha-kô xi-phưn xeng-ka-ki tưm ni tà.

– Tôi cũng muốn nhưng lạnh quá.

저도 그렇지만 너무 춥습니다.

Chơ-tô kư-rớt-chi-man nơ-mu shúp xưm ni tà.

– Tôi muốn ngủ.

자고 싶습니다.

Cha-kô xíp xưm ni tà.

– Quá nửa đêm rồi.

자정이 넘었습니다

Chơ-rang-I nơ-mớt xưm ni tà.

– Ông không đi xem phim sao?

영화 구경 안 가시겠습니까?

Yơng-hoa ku-kiơng an ka xi kết xưm ni cá?

– Tôi không muốn ra ngoài.

밖에 나가고 싶은 생각이 없습니다.

Bác-kê na-ka-kô xi-phưn xeng-ka-ki ớp xưm ni tà.

– Tôi không muốn ăn gì cả.

아무것도 먹고 싶은 생각이 없습니다.

A-mu-kớt-tô mớc-kô xi-phưn xeng-ka-ki ớp xưm ni tà.

– Hình như ông không được khỏe.

몸이 불편한 모양입니다.

Mô-mi bul-phiơn-han mô-yang im ni tà.

ॐ TÔI ĐÃ GẶP TRÊN ĐƯỜNG VỀ NHÀ
집에 가는 길에 만났습니다
Chi-bê ka-nưn ki-rê man-nát xưm ni tà.

– Hôm qua tôi đã gặp ông Kim.

김 선생님을 어제 만났습니다.

Kim xơn-xeng-ni-mưl ơ-chê man-nát xưm ni tà.

– Ông đã đến nhà ông ấy à?

집에 들렸었습니까?

Chi-bê tưl-liớt xưm ni cá?

– Không, tôi gặp trên đường đến văn phòng.

아니, 제가 사무실에 가는 도중에 만났습니다.

A-ni, chê-ka xa-mu-xi-rê ka-nưn tô-chung-ê man-nát xưm ni tà.

– Tôi cũng đã gặp rồi. Ông ấy đang trên đường đi làm.

저도 만났습니다. 출근 하는 길 이시더군요.

Chơ-tô man-nát xưm ni tà. Shun-kưn ha-nưn kil I xi tơ ku-niô.

– Anh ta ghé qua trên đường anh ấy về nhà

그 사람이 집에 가는 길에 잠깐 들렀습니다.

Kư xa-ra-mi chi-bê ka-nưn ki-rê cham-can tưl-lớt xưm ni tà.

– Đáng lẽ tôi cũng nên ghé qua.
저도 들를 걸 그랬습니다.
Chơ-tô tưl-lưl kơl kư-rét xưm ni tà.

– Đã gửi thư cho tôi chưa?
제 편지를 부쳤습니까?
Chê phiơn-chi-rưl bu-shiớt xưm ni cá?

– Trên đường đi làm tôi đã gửi rồi.
네, 출근하는 길에 부쳤습니다.
Nê, shưl-kưn-ha-nưn ki-rê bu-shiớt xưm ni tà.

– Khi nào thì ông đến lấy áo?
옷은 언제 찾으시겠습니까?
Ô-xưn ơn-chê sha-chư xi kết xưm ni cá?

– Tôi sẽ đến lấy trên đường đi về nhà tối nay.
오늘 저녁 집에 가는 길에 찾겠습니다.
Ô-nưl chơ-niớt chi-bê ka-nưn ki-rê shát kết xưm ni tà.

– Cô ấy đánh mất túi xách ở đâu vậy?
그 여자는 어디서 핸드백을 분실 했습니까?
Kư yơ-cha-nưn ơ-ti-xơ hen-tư-be-kưl bun-xil hét xưm ni cá?

– Cô ấy để mất trên đường đến trường.
학교 가는 도중에 잃었습니다.
Hắc-kiơ ka-nưn tô-chung-ê i-rớt xưm ni tà.

– Ông gặp ông ấy khi nào?

언제 그 사람을 만났습니까?

Ơn-chê kư xa-ra-mưl man-nát xưm ni cá?

– Tôi gặp trên đường từ trường về.

학교 갔다 오는 길에 만났습니다.

Hắc-kiô kát-ta ô-nưn ki-rê man-nát xưm ni tà.